स्वसंवाद
एक जादू

बेस्ट सेलर पुस्तक 'विचार नियम'चे रचनाकार सरश्री यांची अन्य श्रेष्ठ पुस्तकं

आध्यात्मिक विकास साधण्यासाठी या पुस्तकांचा लाभ घ्यावा

- जीवनाची दोन टोकं – ध्यान आणि धन
- रामायण वनवास रहस्य
- संत ज्ञानेश्वर – समाधी रहस्य आणि जीवन चरित्र
- ध्यान नियम – ध्यान करण्याचे सुलभ उपाय
- क्षमेची जादू – क्षमेचं सामर्थ्य जाणा, सर्व दुःखांपासून मुक्त व्हा
- गुरू माझा सांगाती – गुरू केले तर का करावे अन्यथा करू नयेत

स्वविकासासाठी या पुस्तकांचा लाभ घ्यावा

- विचार नियम – आपल्या यशाचं रहस्य
- विश्वास नियम – सर्वोच्च शक्तिचे सात नियम
- विकास नियम – आत्मसंतुष्टीचं रहस्य
- प्रभावी संवाद कसा साधाल – कम्युनिकेशनच्या उत्तम पद्धती
- भीतीचा सामना कसा करावा – विकासाचे नवे मार्ग आखा
- जीवनाची 5 महान रहस्यं – प्रेम, आनंद, मौन, समृद्धी आणि परमेश्वर प्राप्तीचा मार्ग
- परिवारासाठी विचार नियम – हॅपी फॅमिलीची सात सूत्रं
- 2 महान अवतार – श्रीराम आणि श्रीकृष्ण
- समग्र लोकव्यवहार – मैत्री आणि नातं निभावण्याची कला
- अपयशावर मात – क्षमताप्राप्तीचं रहस्य
- कसा कराल स्वतःचा विकास आणि प्रशिक्षण – आत्मविकासाची सात पावलं
- सुखी जीवनाचे पासवर्ड – दुःख, अशांती आणि उद्विग्नतेच्या कैदेतून सुखाला करा मुक्त

युवकांनी या पुस्तकांचा लाभ घ्यावा

- आजच्या युवा पिढीसाठी – विचार नियम फॉर युथ
- नींव नाइन्टी फॉर टीन्स् – बेस्ट कसे बनाल
- श्रीरामांकडून काय शिकाल – नवरामायण फॉर टीन्स

या पुस्तकाद्वारे प्रत्येक समस्येचं समाधान प्राप्त करा

- स्वाथ्यप्राप्तीसाठी विचार नियम – मनःशक्तीद्वारे निरामय आरोग्य मिळवा
- स्वीकाराची जादू – त्वरित आनंद कसा प्राप्त करावा

या आध्यात्मिक कादंबऱ्यांद्वारे जीवनाचं गूढ रहस्य जाणा

- योग्य कर्मांद्वारे यशप्राप्ती – सन ऑफ बुद्धा
- शोध स्वतःचा – हरक्युलिसचा आंतरिक प्रवास
- पृथ्वी लक्ष्य – मृत्यूचं महासत्य
- दुःखात खुश राहण्याची कला – संवाद गीता

POWER OF SELF TALK

स्वसंवाद
एक जादू

आपला रिमोट कंट्रोल कसा प्राप्त करावा

सरश्री

बेस्ट सेलर पुस्तक
'विचार नियम'चे
रचनाकार

स्वसंवाद एक जादू

आपला रिमोट कंट्रोल कसा प्राप्त करावा

Swa-sanwad Ek Jadoo

Apla Remot Control Kasa Prapt Karawa

by **Sirshree** Tejparkhi

प्रकाशक : वॉव पब्लिशिंग्ज् प्रा. लि., पुणे

प्रथम आवृत्ती : सप्टेंबर २०१५

पुनर्मुद्रण : जून २०१८

पुनर्मुद्रण : फेब्रुवारी २०२०

ISBN : 978-81-8415-311-8

© Tejgyan Global Foundation

All Rights Reserved 2013.
Tejgyan Global Foundation is a charitable organization having its headquarters in Pune, India.

सर्वाधिकार सुरक्षित
'वॉव पब्लिशिंग्ज् प्रा. लि.'द्वारे प्रकाशित हे पुस्तक अशा अटीवर विकण्यात येत आहे, की प्रकाशकाच्या लेखी पूर्वअनुमतीविना ते व्यापाराच्या दृष्टीने अथवा अन्य प्रकारे उसने, भाड्याने अथवा विकत, अन्य कोणत्याही प्रकारच्या बांधणीत अथवा अन्य मुखपृष्ठासह देता येणार नाही; तसेच अशाच प्रकारच्या अटी नंतरच्या ग्राहकावर बंधनकारक न करता आणि वर उल्लेखिलेल्या कॉपीराइटपुरत्या मर्यादित न ठेवता या पुस्तकाच्या कोणत्याही स्वरूपाच्या विनिमयास, तसेच कॉपीराइटधारक व वर उल्लेखिलेले प्रकाशक दोघांच्याही लेखी पूर्वअनुमतीविना इलेक्ट्रॉनिक, मेकॅनिकल, फोटोकॉपी, रेकॉर्डिंग इत्यादी प्रकारे या पुस्तकाचा कोणताही अंश पुनःप्रस्तुत करण्यास, जवळ बाळगण्यास अथवा सुधारित स्वरूपात प्रस्तुत करण्यास मनाई आहे.

(सदर पुस्तकाची तेजज्ञान ग्लोबल फाउंडेशनद्वारे ११ आवृत्त्या प्रकाशित झाली आहे.)

'स्वसंवाद का जादू' या मूळ हिंदी पुस्तकाचा मराठी अनुवाद

जे स्वसंवादाची भाषा शिकण्यासाठी
आणि त्याप्रमाणे जीवनात कार्यवाही करण्यासाठी
तयार झालं आहे, अशा आपल्या मनाला
हे पुस्तक समर्पित.

|अनुक्रमणिका|

प्रस्तावना	स्वतःचा रिमोट कंट्रोल स्वतःच्या हाती ठेवण्याची इच्छा बाळगणारे लोक स्वसंवाद शिकण्यास नकार देत नाहीत.	११
खंड १	आस्वाद स्वसंवादाचा	१७
१	तेच ऐकावं, जे ऐकायला हवं, तेच बोलावं, जे बोलायला हवं खरेच, आपण कानाने ऐकतो का	१९
२	स्वसंवाद स्वतःचं विश्व साकारतो सुख–दुःखाचं रहस्य	२६
३	स्वसंवादाचं आश्चर्य तुम्हाला कुणीही दुःखी करू शकत नाही	३५
४	स्वसंवादाने द्यावी विचारांना दिशा सुखदुःखाचे मूळ–स्वसंवाद	३९
५	स्वसंवाद आणि सामान्य बुद्धी मंदबुद्धीच्या दुष्चक्रातून बाहेर या	४४
६	स्वकुसंवाद – उत्तम जीवनातील बाधा एक अनोखी चीज	४८
खंड २	जीवनाच्या प्रत्येक घटनेत स्वसंवादाची जादू कशी वापरावी	५७
१	समजून–उमजून स्वसंवाद करावा शून्यसंदेश	५९

२	घटनेचा चेंडू आणि स्वसंवाद	६४
	मनातील मांडे कसे थांबवावेत	
३	स्वसंवाद संदेश	६९
	हेही बदलून जाईल	
४	योग्य स्वसंवादाने घटनेचं योग्य मूल्यमापन	७३
	मॅचबॉक्स व्हॅल्यू	
खंड ३	जीवनाच्या विविध क्षेत्रांत	७९
	स्वसंवादाची जादू कशी काम करेल	
१	स्वसंवाद आणि संपूर्ण स्वास्थ्य	८१
	स्वसंवादाने रोगनिवारण	
२	स्वत:चा रिमोट कंट्रोल कसा प्राप्त कराल	८७
	जिंका दोन वेळा	
३	जग कसं बदलाल	९२
	नात्यांमध्ये माधुर्य	
४	तुमची देहबोली, तुमचा स्वसंवाद	९९
	प्रार्थना करून इतरांमध्ये परिवर्तन घडवा	
५	स्वसंवादातून नष्ट करू पैशाची चिंता	१०६
	धन नाही, धन्यवाद द्या	
६	स्वसंवादातून आपलं कार्य सशक्त करा	१०९
	रचनात्मक कार्य करताना बहाणे देऊ नका	
७	स्वसंवादातून कार्याची पूर्णता कशी कराल	११४
	एक प्रभावशाली कार्यप्रणाली	
८	तुरुंगात की आनंदात	१२०
	स्वसंवादाने दोषमुक्त व्हा	

खंड ४	निसर्गाद्वारे स्वसंवादाची जादू कशी काम करते	१२७
१	स्वसंवाद आणि सेल्फ रिपोर्टिंग स्वतःला योग्य माहिती द्या	१२९
२	स्वसंवादाद्वारे दुःख आनंदात बदला आत्ता आणि इथेच	१३३
३	मौनातून निसर्गाशी संवाद कसा साधाल उत्तम स्वसंवाद	१३९
खंड ५	या... स्वसंवादाची जादू शिकू या	१४५
१	स्वसंवाद कसा करावा सर्वोत्तम जीवनावर विश्वास ठेवा	१४७
२	दररोज नवीन स्वसंवादाचा लाभ कसा घ्यावा आपला विश्वास : दृढ विश्वास	१५८

या पुस्तकाचा लाभ कसा घ्याल

१. या पुस्तकाची प्रस्तावना जरूर वाचा. या 'हॅलो' (प्रस्तावना)मध्ये महत्त्वपूर्ण गोष्टी समजावून दिल्या आहेत, ज्यामुळे पुस्तक समजण्यास मदत होईल.

२. जर तुम्हाला जीवनात स्वसंवादाचे आश्चर्य पाहायचे असेल आणि आपल्या विचारांना योग्य दिशा द्यायची असेल तर पुस्तकाचा पाचवा खंड त्वरित वाचा.

३. ज्यांना आपल्या जीवनातील सर्व लोकांबरोबर सुदृढ संबंध ठेवायचे असतील, त्यांनी तिसऱ्या खंडातील भाग ३, ४ व ८ वाचावेत.

४. ज्या लोकांना निसर्गशक्तीशी संवाद साधायचा आहे, दुःखाचा अनुभव आनंदात बदलण्याची इच्छा आहे, म्हणजे स्वसंवादाद्वारे सेल्फ-रिपोर्टिंग करण्याची इच्छा आहे, त्यांनी पुस्तकातील चौथा खंड प्रथम वाचावा.

५. या पुस्तकातील विविध भागातील गोष्टी, उदाहरणे आणि वृत्तान्ताद्वारे दिलेली समज आपल्या जीवनात उतरवा. या गोष्टींमध्ये दिलेले मंत्र आपल्या जीवनात किमयागार सिद्ध होतील.

६. या पुस्तकाचे पठण करीत असताना आपला स्वसंवाद पडताळा आणि पुस्तकात दिलेल्या समजेनुसार तो बदलून पाहा. असे केल्याने स्वसंवादाचा परिणाम त्वरित समजून येईल.

७. या पुस्तकात खंड ५ मधील भाग-२ मध्ये जे स्वसंवाद दिलेले आहेत त्यांपैकी प्रत्येक स्वसंवाद रोज घेऊन दिवसभरासाठी त्याचा पुनरुच्चार करा. दुसऱ्या दिवशी दुसरा स्वसंवाद घेऊन त्यावर काम करा. महिन्यामध्ये अशा प्रकारे ३० ओळींवर आपले काम झाले असेल.

८. या पुस्तकात अनेक सुंदर आणि प्रभावी असे स्वसंवाद दिले आहेत. त्यांतील तुम्हाला जे स्वसंवाद भावतील आणि उपयुक्त वाटतील, असे स्वसंवाद तुमच्या डायरीत लिहून काढा. जेव्हा जेव्हा वेळ मिळेल तेव्हा तेव्हा ती डायरी उघडून ते स्वसंवाद पुनःपुन्हा वाचा.

९. हे पुस्तक नसून कार्यशाळा आहे. यामध्ये दिलेल्या स्वसंवादांचा लाभ लाखो लोकांनी घेतलेला आहे आणि ते आजही घेत आहेत.

हॅलो...

स्वतःचा रिमोट कंट्रोल स्वतःच्या हाती ठेवण्याची इच्छा बाळगणारे लोक स्वसंवाद शिकण्यास नकार देत नाहीत.

तुमचं नियंत्रण कोण करतं? तुम्ही स्वतः की इतर कोणी? ज्या वेळेस तुमचं नियंत्रण समोरची व्यक्ती किंवा घटना यांच्याकडे जातं, तेव्हा तुमचा रिमोट कंट्रोल दुसऱ्याच्या ताब्यात असतो. पण जेव्हा तुम्ही हृदयावर, तेजस्थानावर (स्वानुभवावर) राहून अनुशासित व आनंदित जीवन जगता, तेव्हा तुमचा रिमोट कंट्रोल तुमच्याच हातात असतो.

मनुष्याच्या जीवनाचा रिमोट कंट्रोल नेहमी

दोन भागांमध्ये विभाजित होतो आणि कुठलीही गोष्ट विभाजित होताच धोका निर्माण होतो, भ्रम तयार होतो. उदाहरणार्थ :

- मान-अपमान

- सुख-दुःख

- चांगलं-वाईट

- आनंद-निराशा

- जीवन-मृत्यू

अशी दोन बटणं आपल्या रिमोट कंट्रोलला असतात. मात्र जेव्हा हा रिमोट कंट्रोल दुसऱ्यांच्या हातात दिला जातो, तेव्हा आपण नेहमी याच 'दोन'च्या भ्रमात जीवन जगतो.

ज्या वेळी तुमचा रिमोट कंट्रोल प्रत्येक क्षणी तुमच्याच हातात असेल आणि रिमोट कंट्रोल कसा वापरायचा याचं ज्ञानही तुम्हाला मिळेल, त्या वेळी तुमचं जीवन हे निश्चितच उत्तम असेल. असं उत्तम जीवन जगायचं असेल, तर खाली दिलेल्या पाच गोष्टींवर नियंत्रण मिळवणं आवश्यक आहे.

१. मन - योगी मन म्हणजे असं स्थिर, संतुलित मन, जे कोणत्याही प्रसंगात न घाबरता, न डगमगता आलेल्या परिस्थितीचा सामना योग्यप्रकारे करू शकेल.

२. निरोगी शरीर - कोणताही आजार झाला तरी त्यातून लवकरात लवकर बरं होण्याइतकी प्रतिकारशक्ती असलेलं शरीर. नेहमी आनंदी आणि उत्साही जीवन जगण्याची क्षमता असलेलं शरीर.

३. बुद्धी - वैचारिक लवचिकता असलेली बुद्धी, जुन्या रुढींमध्ये न अडकता नवीन विचार, नवीन बदल स्वीकारण्याची तयारी असलेली बुद्धी.

४. चेतना - जागृत चेतना, परम सजगता, असं चैतन्य ज्याच्या प्रकाशाने पूर्ण बेहोशी नष्ट होते.

५. लक्ष्य - संपूर्ण लक्ष्य, जिथे मन, शरीर, बुद्धी आणि चैतन्य यांचा प्रवाह सतत एकाच आणि योग्य दिशेने होत असतो.

आत्मनियंत्रित जीवन हेच खरंतर उत्तम जीवन असतं. ज्या जीवनाला पूर्णपणे

खुलून, फुलून आणि मुक्तपणे उमलून जगायच्या पूर्ण शक्यता समजल्या, तेच उत्तम जीवन होय.

जे जीवन निखळ असतं, सर्व गोष्टी स्वीकारून पुढे जाण्यास तयार असतं आणि कुठल्याही परिस्थितीत स्वतःला सर्वार्थाने योग्य बनवू शकतं, तेच खऱ्या अर्थाने उत्तम जीवन होय.

मनुष्य भाषेद्वारे जगातील लोकांशी संपर्क साधतो, परंतु त्याला जर स्वतःशी संपर्क साधायचा असेल, तर मौन होऊनच संवाद साधावा लागतो. मनुष्य इतरांशी संपर्क साधण्यासाठी त्यांच्याशी वार्तालाप करतो. ईश्वराच्या संपर्कात राहण्यासाठी तो सतत प्रार्थना करत असतो. स्वसंपर्कात येण्यासाठी ध्यान करतो, समाधीचा अभ्यास करतो. हे सर्व करताना तो खरंतर स्वतःशीच 'संवाद' साधत असतो. 'स्वसंवाद म्हणजे स्वतःच्या मनामध्ये स्वतःशीच वार्तालाप करणं होय.'

अनेकदा लोकांशी बोलताना एखादा चुकीचा शब्द उच्चारला गेला, तर आपल्या आजूबाजूचे लोक (आई-वडील, शिक्षक-मित्र, शुभचिंतक) आपल्या बोलण्यातील चूक त्वरित दाखवू शकतात, 'हे तसं नाही, असं बोलायला हवं होतं', असं सांगून संवादातील चूक दाखवितात. परंतु आपण आपल्या मनाशी बोलत असाल, आपला स्वसंवाद चालू असेल, तर आपली चूक दाखविणारं मात्र तिथे कोणीच नसतं. आपण जसजसं मोठं होत जातो, तसतसं बाह्य जगात बोलली जाणारी भाषा, नवीन संभाषणं शिकत जातो. मात्र, आपलं स्वतःसोबत होणारं संभाषण म्हणजेच 'स्वसंवाद' कसा असायला हवा, हे समजून घेत नाही. याची दोन कारणं आहेत.

१. स्वसंवाद कसा करायचा हे शिकण्याची कधी आवश्यकताच वाटली नाही.
२. आपला स्वसंवाद कसा असायला हवा, हे सांगणारे कोणी योग्य मार्गदर्शक आपल्याला भेटलेच नाहीत.

यासाठी योग्य पद्धतीने स्वसंवाद करता येणं फार आवश्यक आहे. त्यासाठी सर्वांत आधी स्वसंवादाचं महत्त्व, त्याचं वैशिष्ट्य जाणून घेणं महत्त्वाचं आहे. आपल्यामध्ये जो आनंद आहे, त्याच्या कायम संपर्कात राहायचं असेल, तर स्वसंवादाची कला शिकली पाहिजे. स्वसंवादाद्वारेच चांगले नातेसंबंध जुळवणं, संपूर्ण विकास करणं शक्य आहे. सर्व दुःखांतून मुक्त व्हायचं असेल, तर आधी स्वसंवादाचं महत्त्व, त्याचं शास्त्र आणि त्यातील कौशल्य समजून घ्यायला हवं. ज्यांना उत्तम जीवन जगण्याची इच्छा आहे, ते

अशा प्रकारचा 'स्वसंवाद' शिकायला नक्कीच तयार होतील.

यासाठी 'स्वसंवादाची' भाषा, त्याचं व्याकरण आपल्याला शिकायचं आहे. स्वसंवाद करताना चुकीचे, अयोग्य शब्द ओळखून त्या शब्दांचा त्याग केला पाहिजे. त्याचप्रमाणे आपल्या शब्दकोशातून असे शब्द कायमचे काढून टाकले पाहिजेत. जसं, इतर लोकांशी चर्चा करताना, बोलताना आपण अपशब्द, गैरशब्द वापरत नाही. कारण चुकून जर ते वापरले, तर आपले संबंध बिघडतील, अशी भीती आपल्याला असते. त्याचप्रमाणे स्वतःशी सुदृढ संबंध ठेवण्यासाठी नकारात्मक शब्दांचा वापर पूर्णतः टाळणे आवश्यक आहे. चांगले, मनाला पोषक असे शब्द 'स्वसंवाद' म्हणून नेहमी उपयोगात आणावेत.

आपल्याला स्वसंवादाबरोबर त्याचं व्याकरणदेखील बारकाईने शिकणं आवश्यक आहे. कुठे स्वल्पविराम द्यायचा, कुठे पूर्णविराम द्यायचा, हे आपल्याला ठाऊक असायला हवं. उत्तम जीवन जगण्यासाठी तयार असलेले, म्हणजे कायम प्रथम श्रेणीच्या डब्यामधून प्रवास करणारे प्रवासी नव्याने स्वसंवादाची भाषा शिकण्यास सदैव तयार असतात. ही भाषा शिकून त्यात उत्तीर्ण झाल्यावरच ते आपल्या अंतिम टप्प्यापर्यंत पोहोचू शकतात. अंतिम टप्पा, अंतिम स्थान म्हणजेच – भरपूर वेळ, भरपूर आनंद, निरोगी जीवन, तेजप्रेम आणि आत्मसंतोष.

चला तर मग, आजपासूनच आपण आपल्यामधील स्वसंवादाचे, त्यातील शब्दांचे बारकावे पाहायला शिकू या, स्वसंवादाच्या भाषेत शुद्धता आणू या. सुरुवातीला मन एकाग्र करताना कदाचित मनावर थोडा ताण जाणवेल, पण एकदा का त्याचे परिणाम जाणवले, की आपोआपच हा ताण नाहीसा होईल. ज्याप्रमाणे संगीत शिकणारा मनुष्य संगीताचा रोज रियाज करतो, त्याचप्रमाणे आपणही स्वसंवाद शिकून, समजून त्याचा सातत्याने दररोज अभ्यास करायला हवा. आत्मविश्लेषणाद्वारे स्वतःच्या स्वसंवादाचं परीक्षण रोज करायला हवं.

उत्तम जीवनावर प्रेम करणारे लोक कधीही अंतर्बाह्य चूक होऊ देत नाहीत. त्यांचं अंतरंग नेहमी शुद्ध असतं. त्यांचा प्रत्येक भाव, विचार, वाणी आणि क्रिया हे शुद्धलेखनाप्रमाणे स्वच्छ, सुंदर आणि नीटनेटकं असतं. स्वसंवाद करताना आपल्या भावना, आपले विचार, आपली प्रत्येक क्रिया एकरूप ठेवणं, हेच उत्तम जीवन जगण्याचं रहस्य आहे.

हे पुस्तक म्हणजे आपले शुभचिंतक, हितचिंतक आहेत आणि ते नेहमीच

दुसऱ्यांचं भलं व्हावं, चांगलं व्हावं, असं चिंतत असतात. जर तुमच्याकडून चुका होत असतील, तर तुम्ही त्या चुकांमुळे एखाद्या अडचणीत येऊ नये म्हणून ते तुम्हाला सजग राहण्यास मदत करतात, चुका होण्यापासून परावृत्त करतात, योग्य संकेत देतात. त्यामुळे तुम्ही उत्तम जीवनाचा पुरेपूर आनंद घेऊ शकता. या पुस्तकामुळे तुम्हाला अशाच प्रकारचं जागृत राहण्याचं मार्गदर्शन मिळणार आहे. कारण तुमच्या मनात सतत जो वार्तालाप चालू असतो, त्याला तुमच्याशिवाय इतर कोणीही मार्गदर्शन करू शकत नाही. हे पुस्तकच त्यासाठी तुम्हाला मदत करणार आहे.

या पुस्तकात अनेक वेगवेगळी उदाहरणं दिली आहेत. त्या उदाहरणांमध्ये ज्या लोकांच्या नावाचा उल्लेख करण्यात आला आहे, त्यांच्या व्यक्तिगत जीवनावर परिणाम होऊ नये म्हणून त्यांची नावं बदलण्यात आली आहेत. हे पुस्तक गोष्टीरूपात व संवादरूपात तुमच्यासमोर येत आहे, त्यामुळे ज्ञानाबरोबरच या पुस्तकाबद्दलची रुचीसुद्धा नक्कीच वाढेल.

हे पुस्तक जर तुम्ही पूर्ण वाचलंत, तर नक्कीच तुमचं सार्थक होईल. हे पुस्तक वाचून झाल्यानंतर तुम्हाला जे जे लाभ मिळतील, ते आम्हाला नक्की कळवा. हे पुस्तक वाचण्याआधी परस्परांमध्ये कदाचित आपला संवाद, चर्चा झाली नसेल; पण आता आपल्यातील संवाद नक्कीच सुरू होईल, अशी आशा आहे.

...सरश्री

खंड
१

आस्वाद स्वसंवादाचा

तुमचा रिमोट कंट्रोल
सदैव तुमच्या हातातच असतो,
तो प्रभावी पद्धतीने वापरण्याचं ज्ञान
तुम्हाला प्राप्त झालं,
की वर्तमानात राहून
उत्तम जीवन जगणं शक्य होतं.

तेच ऐकावं, जे ऐकायला हवं
तेच बोलावं, जे बोलायला हवं

खरंच, आपण कानाने ऐकतो का

संध्याकाळची वेळ होती. माझ्यासमोर एक मोठा ग्रुप बसला होता. त्यातील बरेच जण प्रश्न विचारत होते. त्या सर्वांमध्ये साधारणत: चोवीस-पंचवीस वर्षांचा एक मुलगा बसला होता. तो खूप वेळ शांत होता; पण त्याचा चेहरा सांगत होता, की त्याच्या मनात विचारांचा गदारोळ उठला आहे. शेवटी न राहवून त्याने हात वर केला आणि प्रश्न विचारला, ''सरश्री, बऱ्याच दिवसांपासून एक प्रश्न मला सतावत आहे...'' सगळ्यांनी त्या गंभीर आवाजाच्या दिशेने माना वळवल्या. तो पुढे सांगू लागला, ''सरश्री, बऱ्याच वेळा, जेव्हा मी तुमचं बोलणं ऐकत असतो, तेव्हा तुम्ही जे जे सांगत आहात, ते सर्व मला समजलं आहे असं

वाटतं. पण, नंतर तीच गोष्ट जेव्हा मी रेकॉर्डेड टेपमधून ऐकतो, तेव्हा मात्र यातील सर्वांत महत्त्वाची गोष्ट तर मी ऐकलीच नव्हती, असं वाटतं! प्रत्यक्ष ऐकताना असं वाटलं होतं, की तुम्ही जे जे सांगितलं ते सर्व मला समजलं आहे; पण तो माझा चुकीचा समज होता. सरश्री, माझ्याच बाबतीत असं का होतं?''

''आमच्याही बाबतीत असंच होतं.'' त्याचा प्रश्न ऐकून बाजूला बसलेले अनेक लोक म्हणाले.

''जेव्हा मी तुमच्याशी बोलत असतो, तेव्हा तुम्ही नक्की माझं बोलणं ऐकत असता की स्वतःचं ऐकत असता?'' मी त्यांना विचारलं.

''असं काय विचारता?'' सगळे एकदम म्हणाले, ''आम्ही तर तुमचंच ऐकत असतो.''

''बऽरं! ठीक आहे. आता आपण तुमची एक छोटीशी परीक्षा घेऊ या.''

परीक्षा म्हणताच सगळे सरसावून बसले. हॉलमधील वातावरण बदललं. सगळीकडे नीरव शांतता पसरली.

''तुम्हाला फक्त ऐकायचं आहे,'' असं सांगून मी एक गोष्ट सांगायला सुरुवात केली. ती गोष्ट मजेदार पण विचार करायला लावणारी होती. मी त्यांना पुढे सांगितलं,

''एका शहरातील ही गोष्ट आहे. त्या शहरामध्ये काही दहा मजली, तर काही पंधरा मजली अशा अनेक उंचच उंच इमारती होत्या. त्यांत राहणाऱ्या सर्व लोकांची उदरनिर्वाहासाठी रोजच धावपळ चाललेली असे. आता शहर म्हटल्यावर त्यात काही चांगले, तर काही वाईट प्रवृत्तीचे लोकसुद्धा राहात होते. त्या शहराच्या मध्यभागी समोरासमोर अशा दोन इमारती होत्या. त्यातील एक इमारत दहा मजली, तर दुसरी इमारत बारा मजली होती. त्यातील बारा मजली जी इमारत होती, त्यात सर्व वाईट प्रवृत्तीची माणसं राहात होती. ते सर्व लोक चोऱ्यामाऱ्यांमध्ये तरबेज होते. मात्र दुसरी जी दहा मजली इमारत होती, त्यात सर्व चांगल्या प्रवृत्तीची, चांगली कामं करणारी माणसं राहात होती. त्यांचे विचार सकारात्मक होते. ते नेहमी इतरांना मदत करायचे, चांगलं बोलायचे आणि चांगलं वागायचे.

एकदा त्या दोन्ही इमारतींमध्ये मोठी आग लागली. 'वाचवाऽऽ वाचवाऽऽ' असं ओरडत माणसं सैरावैरा पळत सुटली. आगीने सगळीकडे धुमाकूळ घातला होता. सर्वत्र हाहाकार माजला.

'लवकर कुणीतरी आग विझविणाऱ्यांना बोलवा,' कुणी तरी मोठ्या आवाजात जोरात ओरडून म्हणालं.

'अरे, लवकर बोलवा, दहा मजली इमारतीत पन्नास लोक अडकलेत, तर बारा मजली इमारतीत पाचशे,' मागून अजून एक आवाज आला. तेवढ्यात कुणीतरी ॲम्ब्युलन्सला फोन लावला. फोन होतो न होतो, तोच वेगाने सायरन वाजवत गाडी तेथे येऊन पोहोचली.

'लवकर, लवकर... आग विझवा,' मध्येच एक तरुण ओरडत पळाला.

'आधी दहा मजली इमारतीची आग विझवा.' गर्दीतून एक जण ओरडून म्हणाला... तर मागून दुसरा म्हणाला, 'नाही. आधी बारा मजली इमारतीची आग विझवा.'

'नाही, नाही. आधी दहा मजली.' एकाच वेळी असे अनेक आवाज ऐकू येऊ लागले.

आता तुमच्यासाठी प्रश्न आहे, की नक्की कोणत्या इमारतीची आग आधी विझवायला पाहिजे?'' मी सगळ्यांकडे पाहात विचारलं. माझा प्रश्न ऐकताच प्रत्येकाच्या चेहऱ्यावरचे भाव बदलले. कुणाच्या चेहऱ्यावर आश्चर्य, तर कुणाच्या चेहऱ्यावर मोठं प्रश्नचिन्ह; कुणी दुःखी, तर कुणी निर्विकार चेहऱ्याने माझ्याकडे पाहात होतं. मी पुन्हा विचारलं, ''जर दोन्हींपैकी एकाच इमारतीची आग विझवणं शक्य असेल, तर गाडीने आधी कोणत्या इमारतीची आग विझवायला हवी? दहा मजली इमारतीची, की बारा मजली इमारतीची?''

अनेक प्रश्न समोरून येऊ लागले, तशीच उत्तरंही येऊ लागली. ''हे बघा,'' एकाने उत्तर दिलं, ''पाचशे लोक बारा मजली इमारतीत आहेत, तर तिथली आग आधी विझवली पाहिजे. कारण तिथे जास्त लोक आहेत, दहा मजली इमारतीत तर फक्त पन्नासच लोक आहेत.''

''पण, दहा मजली इमारतीत सगळे सकारात्मक विचारांचे, चांगले लोक आहेत.'' साधारण पन्नास वर्षे वयाचा एक माणूस आपल्या केसांमधून हात फिरवत म्हणाला, ''या लोकांनाच वाचवणं जास्त आवश्यक आहे.''

त्या माणसाला दुजोरा देत आणखी एक जण म्हणाला, ''हो, बरोबर आहे यांचं. पाचशे वाईट लोकांना वाचवण्यापेक्षा पन्नास चांगल्या लोकांना वाचवणं अधिक

श्रेयस्कर आहे.'' अशा प्रकारे आपापसांत चर्चा सुरू झाली.

''आपण ॲब्युलन्सला बोलावलं आहे. मग कोणत्या इमारतीची आग आधी विझवली पाहिजे?'' मी त्यांना तोच प्रश्न पुन्हा विचारला.

कुणी सांगितलं दहा मजली, तर कुणी सांगितलं बारा मजली. पुन्हा जोरदार चर्चा रंगली.

''हे पाहा, आपण ॲब्युलन्सला बोलावलं आहे. ॲम्ब्युलन्स आग विझवत नाही.'' मी शब्दांवर जोर देत त्यांना सांगितलं.

...आणि अचानक वातावरणात संपूर्ण शांतता पसरली. पुढच्याच क्षणी काहींनी जोरजोराने टाळ्या वाजवायला, जोरजोरात हसायला सुरुवात केली.

''मी गोष्टीत काय सांगितलं होतं? आग विझवण्यासाठी ॲम्ब्युलन्सला बोलावलं आहे, फायरब्रिगेडला नाही.'' असं पुन्हा स्पष्टपणे सांगताच एकच हास्यकल्लोळ उडाला. सगळे पोट धरधरून हसायला लागले.

''याचा अर्थ काय?'' मीसुद्धा हसत हसत त्यांना विचारलं. ''ॲम्ब्युलन्स हा शब्द ऐकूनसुद्धा त्याचा जो अर्थ घ्यायला हवा होता, तो आपण घेतलाच नाही, हो की नाही?'' आता प्रत्येकाच्या चेहऱ्यावरील भाव बदलले. एक प्रकारची चमक सर्वांच्या डोळ्यांत दिसत होती.

''आपण कसं ऐकत असतो? आपण ऐकत असतो आपल्या स्वसंवादातून, आपल्या विचारांतून, आपल्या मनात आधीच घर करून बसलेल्या धारणांद्वारे. कारण आपल्याला वाटतं, की हे असंच सांगितलं आहे आणि मग तेच बरोबर मानून आपण काम करायला सुरुवात करतो. शिवाय, कधी कधी त्यावर वादविवाद करून त्या गोष्टीचं महत्त्वही कमी करून टाकतो. आपल्याला जे खरंच ऐकायचं आहे, तेच आपण ऐकतो आणि जे बोलायचं आहे, तेच बोलण्याचा प्रयत्न करत असतो.''

हे ऐकून आता सगळे जण विचार करू लागले. आपण खरोखर जे ऐकायला हवं होतं तेच ऐकतो का? आणि मग जे ऐकलेलं असतं त्याचाच उपयोग आपण बोलताना करतो का? खरंतर आपल्याला जे बोलायला आवडतं, तेच आपण बोलतो. या सर्व गोष्टींमागे सर्वांत मोठं कारण आहे ते म्हणजे, आपल्या मनाचा 'संवाद- स्वसंवाद'. हा संवाद कशा प्रकारे काम करतो, हे एकदा लक्षात आलं, तर

आपलं मनसुद्धा कसं काम करतं, हे तुम्हाला कळेल. आपण कसं ऐकतो आणि कसं बोलतो, हेदेखील तुमच्या लक्षात येईल.

एकदा का हे रहस्य उलगडलं, तर मग तुम्हाला जाणवेल, की आपण जे ऐकतो, ते खरं नसतं. कारण आपण समोरच्याचं ऐकतो कुठे? आपण तर समोरच्याच्या बोलण्यावर आपल्या मनाने केलेला संवाद ऐकतो. अनेक वेळा आपण समोरच्या माणसाचं बोलणं स्पष्टपणे ऐकूनही घेत नाही आणि न ऐकताच त्याच्याविषयी आपलं मत बनवतो. यामुळे मूळ समस्या बाजूलाच राहते. अशा प्रकारे आपण दुसऱ्याच गोष्टीवर काम केलं, तर समस्येवर उपाय कसा मिळेल?

या गोष्टी समजल्या असतील, तर आता आपण 'वार्तालापा'चं रहस्य समजून घेऊ या.

वार्तालापाचं रहस्य

समजा, एखाद्या मनुष्याला सांगितलं, की तुमचं आतापर्यंतचं संपूर्ण जीवन डोळ्यांसमोर आणा आणि विचार करा, 'आजवर तुम्ही सर्वांत जास्त कोणाशी बोलला आहात?' या प्रश्नावर ती व्यक्ती खूप विचार करेल. मग एकेक घटना आठवून स्वतःलाच विचारेल, 'लहान असताना मी माझ्या आईशी जास्त बोललो होतो का?' उत्तर येईल, 'नाही! मी नाही, पण आईच माझ्याशी जास्त बोलत होती. वडिलांशी बोलायची माझी खूप इच्छा होती, पण तेवढी हिंमतच कधी होत नव्हती. शाळेतून प्रगतिपुस्तक मिळाल्यावर त्यावर सही घेण्यापुरतं फक्त बाबांशी बोलणं व्हायचं. भावा-बहिणींशी गप्पांपेक्षा भांडणंच जास्त होत असत. शिवाय, ती भांडणं इतकी कडाक्याची व्हायची, की जास्त वेळ मौनव्रतच पाळलं जायचं. मग असा विचार आला, 'मी माझ्या मित्र-मैत्रिणींसोबत तर नक्कीच जास्त बोललो असेन.' पण परत उत्तर 'नाही' हेच आलं. मग असं वाटलं, 'आपण आपल्या शिक्षकांबरोबर जास्त बोललो होतो का?' पण नंतर लक्षात आलं, 'शिक्षकांकडून तर ऐकणंच जास्त होत होतं. त्यांच्याशी आपण जास्त कधी बोललोच नाही?'

मग आपल्या पत्नीचा विचार मनात आला... कदाचित तिच्याबरोबर मी जास्त बोललो असेन. पण तिच्याबरोबर गप्पा मारण्याची संधी तर कधीतरीच मिळत असे. मुलंही आपल्याच नादात असत. त्यांना तर माझ्यापेक्षा टीव्हीशी गप्पा मारण्यातच अधिक रुची आहे. ऑफिसमध्ये बॉसच्या 'हो'ला हो म्हणण्याशिवाय काहीच बोलणं होत नाही, असे अनेक विचार, प्रश्न मनात येत होते.

'आता तर वाटत नाही, की असं कोणी असेल, ज्याच्याशी मी जास्त बोललो असेन.' ...आणि अचानक त्याला विजेचा झटका बसावा तसं झालं. 'अरे! आत्ता, या क्षणी मी कोणाशी बोलत आहे? मी ज्याच्याशी बोलतोय, त्याच्याशीच तर आपण सर्वांत जास्त बोलत असतो. मी माझ्याशी... स्वतःशीच तर नेहमी बोलत असतो. दिवस असो, रात्र असो, सकाळ असो वा संध्याकाळ! प्रत्येक दिवशी, प्रत्येक क्षणी मी सर्वांत जास्त माझ्याशीच तर बोलत असतो. शिवाय, आजपर्यंत आपण स्वतःशी जेवढा वार्तालाप केला आहे, तेवढा इतर कोणाशीच केलेला नाही. जेव्हा कधी रिकामा वेळ असेल, काहीही काम नसेल, तेव्हा आपल्या मनामध्ये लगेच संवाद सुरू होतो. मग कितीही थांबवायचं म्हटलं तरी, तो संवाद आपण थांबवू शकत नाही.

कोणताही विषय असो, कोणतीही घटना असो, एखाद्या गोष्टीशी आपला संबंध असो वा नसो, त्याविषयीच्या विचारांची शृंखलाच आपल्या मनामध्ये सुरू होते. आपण जरी एकटे असलो किंवा कुणाशी बोलत असलो, तरीसुद्धा मनातील विचार अखंडपणे चालूच असतात. निरंतर संवाद सुरूच असतो. या गोष्टीवर सखोलतेने मनन केल्यावर लक्षात येतं, एकटे असो वा गर्दीत कुठेही, ज्याच्याशी सतत संवाद सुरू असतो, तो मी स्वतःच आहे. एकाच वेळी मी दोन लोकांशी बोलत असतो. एक, समोरच्या माणसाशी आणि दुसरं स्वतःशी!

आपण बऱ्याच वेळा आपले मित्र-मैत्रिणी, नातलग, सगे-सोयरे आपल्या बाबतीत काय म्हणत असतील, याचाच जास्त विचार करत बसतो. पण आपण स्वतः आपल्या बाबतीत काय विचार करतो, यावर आपला विचार खूप कमी होतो. पण त्यावरच विचार करणं खूप महत्त्वाचं आहे. लोक आपल्याविषयी काय विचार करतात, यापेक्षाही जास्त महत्त्वाचं आहे, आपण आपल्या बाबतीत काय विचार करतो? आपण स्वतःविषयी काय विचार करतो? हे समजून घेणं अतिशय महत्त्वाचं आहे. कारण सगळ्यात जास्त आपण स्वतःचंच ऐकतो. आपल्या आतमध्ये अशा अनेक गोष्टी आहेत, ज्या आपल्याला स्वतःविषयी बरंच काही सांगतात.

आपल्यासमोर एखादा माणूस आला, की त्याच्याविषयी आपण मनात काही ना काही तर्क काढत बसतो. त्याचप्रमाणे आपण आपल्या बाबतीतही खूप विचार करत बसतो. आपण स्वतःला काय समजत आहोत, कसे अनुमान लावतो आहोत, हे वेगवेगळ्या घटनांद्वारे आपण स्वतःला सांगत असतो. शिवाय, आपल्याच गोष्टी ऐकून आपण तसंच जीवन जगण्यास सुरुवात करतो. एखाद्या वेळी आपण न आवडणाऱ्या

व्यक्तीसमोर जातही नाही आणि गेलो तरी न आवडणाऱ्या विषयावर तिच्याशी बोलत नाही. पण आपण स्वतःला कसं टाळाल? स्वतःपासून कसं दूर जाऊ शकाल? आपल्या मनाशी होणारा संवाद कसा थांबवू शकाल?

आपण स्वतःपासून जेव्हा दूर जाऊ शकत नाही, तेव्हा स्वतःचा स्वसंवाद ऐकण्याशिवाय आपल्याकडे अन्य पर्यायच नसतो. नव्हे, गत्यंतरच नसतं. आपल्याला जर संगीत आवडत असेल आणि कोणी गाणं ऐकण्यास सांगितलं, तर आपण नक्कीच चांगली, मधुर गाणी ऐकणं पसंत करतो. ज्या गाण्यांमुळे मन उत्साही होईल अशी प्रेरणादायक गाणी ऐकायला आपल्याला निश्चितच आवडतं. गाण्यांचं श्रवण करणंही आनंद देतं, गाण्यामुळे प्रेरणाही मिळते. पण, जर कुणी जीवनालाच गाणं समजलं, तर तो मोठी प्रेरणा घेऊन आपलं लक्ष्य प्राप्त करू शकेल. चला तर मग, श्रवण आणि वार्तालापाचं रहस्य जाणल्यानंतर आता जाणू या, सुख-दुःखाचं रहस्य!

मनाला अंकुश लावणं ठीक आहे.
मनाला कल्याणमित्र बनवणं चांगलं आहे.
मनाला जिंकून जिंकणं उत्तम आहे.

भाग २

स्वसंवाद स्वतःचं विश्व साकारतो
सुख दुःखाचं रहस्य

माझी दुःखं, माझ्या जीवनातील समस्या कशा नष्ट होतील, हे जाणून घेण्याची प्रत्येकालाच उत्सुकता, इच्छा असते.

पण मग जीवनातली सर्व दुःखं नाहीशी करून भरपूर सुख मिळवणं, हेच आपल्या जीवनाचं उद्दिष्ट असायला हवं? 'नाही, निश्चितच हे लक्ष्य नसावं.'

खरंतर आपल्या जीवनाचं मुख्य लक्ष्य, 'सुख-दुःखं' कशी तयार होतात, सुख-दुःखं तयारच का होतात, हे समजून घेणं हेच असायला हवं. याचं कारण जर आपल्याला समजलं, तर आपलं जीवन पूर्ण सफल, यशस्वी होईल. ते कारणच समजल्यावर सुख-दुःखांच्या

चक्रातून आपण सहजतया बाहेर पडाल. त्या वेळी परमानंदप्राप्ती होईल अशीच कामं आपल्या हातून होतील.

आता आपण हे समजून घेऊ या, अशी कोणती गोष्ट आहे, ज्यामुळे आपल्या जीवनात सुख-दु:खांची निर्मिती होते?

सुखराम नावाच्या एका माणसाची ही गोष्ट अनेक लोकांना सांगितली आहे. तुम्हीही ती ऐका.

विश्वातील सर्वोत्तम गोष्टी मिळवणं आणि सर्व सुखसोयी प्राप्त करून घेणं, हेच सुखरामच्या जीवनाचं मुख्य ध्येय होतं. तेच उद्दिष्ट डोळ्यांसमोर ठेवून त्याने व्यापार करण्याचं ठरवलं. हळूहळू सुखरामचा व्यवसाय वाढत होता. त्याला हवं असलेलं यश, पैसा, प्रतिष्ठा, मान-सन्मान या सर्व गोष्टी त्याच्याजवळ होत्या. त्याने अनेक प्रशस्त घरं बांधली आणि प्रत्येक घरामध्ये सर्व अद्ययावत सुखसोयी निर्माण केल्या.

मात्र सर्व काही मिळूनसुद्धा तो सतत असाच विचार करायचा, 'सगळं तर आहे; पण मला तो आनंद मिळाला नाही, ते सुख मिळालं नाही, जे शाश्वत असेल, जे कधीच संपणार नाही, कायम टिकेल.' हे सुख तर आज आहे, उद्या नसेल, असंच त्याला सारखं वाटत होतं.

अशा प्रकारे एवढं सगळं असूनसुद्धा सुखराम मनातून दु:खीच असायचा, त्याला त्रास व्हायचा. जरा कोणी त्याच्या मनाविरुद्ध काही व्यवहार केला, की त्याला खूप संताप येत असे.

'मला असं काय हवंय, ज्यामुळे कधीही मनस्ताप होणार नाही. मी नेहमीच आनंदी, समाधानी कसा राहू शकेन?' हेच विचार सुखरामच्या मनात सतत चालू होते.

त्याच्या मनातला हा विचार जेव्हा अतिशय तीव्र झाला, तेव्हा एक दिवस त्याने दृढनिश्चय केला, 'चला, असा आनंद शोधू या, जो कधीच संपणार नाही. शिवाय, ज्यामुळे माझं पूर्ण जीवन आनंदमय असेल.'

हा विचार पक्का झाल्यावर त्याने आपलं घर, व्यवसाय सर्व काही विकून टाकलं आणि आलेल्या पैशांमधून हिरे खरेदी केले. साधारण २०-२५ हिरे असलेला एक छोटा बटवा त्याने आपल्या कमरेला बांधला आणि तो आनंदाच्या शोधात निघाला. मजल-दरमजल करीत तो अनेक ठिकाणी गेला. प्रत्येक ठिकाणी गेल्यावर तो सर्वांना एकच प्रश्न विचारायचा, 'असा आनंद, असं सुख मला कुठे मिळेल, जे मिळाल्यानंतर मला

कोणत्याही गोष्टीचं दुःख होणार नाही, माझ्या जीवनात फक्त आनंदी आनंदच राहील?' अशा प्रकारे सुखराम अनेक ठिकाणी गेला, पण त्याच्या या प्रश्नाचं उत्तर मात्र त्याला कोणीही देऊ शकलं नाही. वेगवेगळ्या देशांत फिरून तो थकून गेला होता. आता त्याच्या मनात नकारात्मक स्वसंवाद सुरू झाला.

'जगात अशी कोणतीच गोष्ट नाही, ज्यामुळे कायमस्वरूपी आनंद मिळू शकेल... जीवन असंच आहे... कधी सुख तर कधी दुःख... जीवनात चढ-उतार कायमच राहणार... जीवनाची यात्रा अशीच चालू राहणार... कधीच कुणी पूर्ण आनंदी होऊ शकणार नाही...' असे अनेक स्वसंवाद त्याच्या मनात सुरू होते.

एक दिवस त्याला एक साधुबाबा भेटले. त्यांनी सुखरामला त्याच्या दुःखाचं कारण विचारलं. सुखरामचा प्रश्न ऐकून ते म्हणाले, "हे बघ सुखराम, हे जीवन म्हणजे एकाच नाण्याच्या दोन बाजू आहेत. सुखानंतर दुःख आणि दुःखानंतर सुख, ही साखळी अशीच सुरूच राहणार, हा तर निसर्गनियमच आहे. आपण हे बदलू शकत नाही."

साधुबाबांचं बोलणं ऐकून सुखराम गंभीरपणे विचार करू लागला. क्षणभर त्याला हे सर्व खरंच वाटलं. पण, नंतर परत त्याच्या मनात असा विचार आला,

'असं कसं शक्य आहे? अशी काही तरी शक्ती असावी, ज्यामुळे आपली सर्व दुःखं नाहीशी होत असतील!'

त्याच्या मनातील आवाज त्याला आता शोध घेण्यासाठी भाग पाडत होता.

फिरता-फिरता तो एका गावात पोहोचला. तिथे गेल्यावर त्याला कुणी तरी सांगितलं, "या गावाच्या उत्तर दिशेला डोंगरावर एक छोटं गाव आहे. त्या गावात एक बाबा राहतात. कदाचित ते तुझ्या प्रश्नाचं उत्तर देऊ शकतील."

सुखरामने विचार केला, 'ठीक आहे. आजपर्यंत एवढ्या जागी फिरलो, इतक्या लोकांना भेटलो, तसंच यांनाही भेटून पाहू... काय होतंय ते.' त्या डोंगराच्या दिशेने बरंच अंतर चालून गेल्यावर तो त्या गावी पोहोचला. गावातील एकूण वातावरण, तेथे राहत असलेले गावकरी पाहून त्याला इथं कुणी असे बाबा राहात असतील, जे आपल्याला सुख-दुःखाचं मूळ कारण सांगतील, आनंद मिळवून देतील, यावर विश्वास बसला नाही.

"का हो, इथं कुणी ज्ञानी बाबा राहतात का?" सुखरामच्या प्रश्नात साशंकता दिसत होती.

"हो, राहतात ना. तुम्हाला त्यांना भेटायचं आहे का?" गावकऱ्यांनी त्याला विचारलं.

"अहो, मी त्यांनाच भेटण्यासाठी लांबून इथवर आलो आहे. ते कुठं असतात ते सांगाल का?" सुखरामने नम्रपणे विचारलं.

"समोर जी टेकडी आहे ना, तिच्या बरोबर मागच्या बाजूला ते बाबा राहतात." गावकऱ्यांनी सांगितलं.

ज्या टेकडीच्या दिशेने गावकऱ्यांनी इशारा केला होता, त्या दिशेने सुखरामने चालायला सुरुवात केली. चालता चालता तो त्या टेकडीवर पोहोचला. तिथे पोहोचताच समोर एका झाडाखाली त्याला बाबा बसलेले दिसले. त्यांना पाहून सुखरामला हायसं वाटलं. तो त्यांच्या दिशेने पुढे चालू लागला.

सुखरामला पाहून बाबांनी लांबूनच विचारलं, "तू इथं का आला आहेस?"

त्यांचा आवाज ऐकून सुखराम जागच्या जागीच थबकला आणि हात जोडून म्हणाला, "बाबा, अनेक वर्षांपासून मी खऱ्या आनंदाचा शोध घेत आहे, पण अजूनपर्यंत मला तो आनंद मिळालेला नाही. तो आनंद मला कसा मिळेल, जो कधी संपणार नाही, जो नेहमी वाढतच जाईल, असा आनंद, परमानंद तुम्ही मला देऊ शकाल का?" सुखराम अंत:करणापासून बोलत होता.

"जर तो आनंद तुला मिळवून दिला, तर तू मला काय देशील?" बाबांच्या प्रश्नात खट्याळपणा जाणवत होता.

कमरेला बांधलेला हिऱ्यांचा छोटा बटवा हातात घेत सुखराम बाबांजवळ आला.

"बाबा, या बटव्यात करोडो रुपयांचे हिरे आहेत. आजपर्यंत जीवनात जेवढं धन कमावलं, ते सर्व या बटव्यात सामावलेलं आहे." हे सांगत असताना सुखरामच्या चेहऱ्यावर नम्रतेसह आत्मविश्वासही झळकत होता. "हे रहस्य जाणण्यासाठी माझं सर्व धन मी तुम्हाला द्यायला तयार आहे."

बोलता बोलता सुखरामने तो हिऱ्यांचा बटवा बाबांच्या पायाजवळ ठेवला. बाबांनी आधी प्रेमाने त्या बटव्याकडे पाहिलं आणि मग सुखरामकडे. परत त्यांनी एकदा बटव्याकडे पाहिलं, मग सुखरामकडे पाहिलं. सुखरामकडे पाहता पाहता त्याच्या डोळ्यांदेखत तो बटवा उचलून बाबांनी पळायला सुरुवात केली.

सुखरामला क्षणभर काही समजलंच नाही. मात्र पुढच्याच क्षणी त्याच्या लक्षात आलं, की बाबा आपले करोडो रुपयांचे हिरे घेऊन पळत आहेत.

'पकडाऽऽ पकडा, धावा, पकडा त्याला. माझी करोडोंची संपत्ती घेऊन हा पळतोय. हा बाबा साधू नाही, चोर आहे चोर...,' असं मोठमोठ्याने ओरडत सुखराम बाबांच्या मागे धावत सुटला.

मात्र बाबा इतक्या जोरात पळत होते, की त्यांना पकडणं जवळ-जवळ अशक्यच होतं. सुखरामही जीव मुठीत घेऊन तेवढ्याच जोरात त्यांचा पाठलाग करत होता. क्षणाक्षणाला त्यांच्यामधील अंतर वाढत होतं. पळता पळता बाबांनी पूर्ण गावाला चक्कर मारली. सुखराम त्यांच्यामागे पळत होता. गावातले लोक आश्चर्यानं त्या दोघांकडे बघत होते. बाबा पळत-पळत त्याच झाडापाशी पोहोचले आणि झाडामागे लपून बसले. सुखराम धापा टाकत त्या झाडाजवळ पोहोचला आणि बाबांना शोधू लागला. त्याच्या चेहऱ्यावर प्रचंड क्रोध आणि दुःखही दिसत होतं. तेवढ्यात बाबांनी झाडामागून बटवा झटकन सुखरामसमोर फेकला. फेकलेला बटवा त्वरित उचलून सुखरामने आतमध्ये हिरे असल्याची खात्री केली. तेवढ्यात झाडामागून अचानक बाबांचा आवाज आला,

''काय, आता आनंदी आहेस ना?''

''होऽऽ!'' आनंदाने सुखराम उत्तरला. बाबा झाडामागून पुढे आले आणि त्याच्यासमोर येऊन थांबले. सुखरामने मान वर करून बाबांकडे बघितलं.

बाबांच्या चेहऱ्यावर एक प्रसन्न हास्य होतं, समाधान होतं आणि सुखरामच्या प्रश्नाचं उत्तरही होतं, जे सुखरामला स्पष्टपणे वाचता येत होतं.

सुखरामने बाबांचा चेहरा नीट पाहून त्यांच्या चेहऱ्यावरचं उत्तरही वाचलं. मात्र त्याच्या चेहऱ्यावरचे भाव क्षणात बदलले. आता त्याच्या चेहऱ्यावर एक प्रकारचं आश्चर्य होतं. डोळ्यांत चमक दिसत होती. सुखरामने आपल्या हातातील हिऱ्यांचा बटवा पाहून परत बाबांकडे पाहिलं. आता त्याची नजर एकदा बटव्याकडे, तर एकदा बाबांकडे जात होती. असं चार-पाच वेळा झालं आणि क्षणार्धात सुखरामने हिऱ्यांचा बटवा जमिनीवर फेकला. धावत जाऊन बाबांचे पाय धरले. बाबांना सुखरामच्या चेहऱ्यावर पूर्ण समाधान दिसलं. सुखरामच्या चेहऱ्यावर कृतज्ञतेचे, धन्यवादाचे भाव होते.

आता प्रश्न असा निर्माण होतो, की जेव्हा सुखरामला बाबांनी विचारलं, 'काय,

आता आनंदी आहेस ना?' तेव्हा तो म्हणाला, 'हो, आता मी आनंदात आहे.'

त्याने 'मी आनंदी आहे, खूश आहे,' असं का सांगितलं? आणि ज्या हिऱ्यांच्या बटव्यासाठी त्याने एवढा अट्टहास केला होता, धावाधाव केली होती, तो त्याने फेकून का दिला? या घटनेमध्ये सुखरामला अशी कोणती समज मिळाली, ज्यामुळे त्याने आपली करोडो रुपयांची संपत्ती बाजूला टाकून बाबांचे पाय धरले?

यावर लोकांनी वेगवेगळी उत्तरं दिली.

'खूप धावाधाव केल्यामुळे सुखरामला खरा आनंद काय आहे, याची जाणीव झाली.' एका वयस्कर माणसाने शांतपणे उत्तर दिलं.

'एखादी वस्तू आपल्याकडून हरवली, दूर गेली, की आपल्याला त्या गोष्टीचं महत्त्व समजतं, जे सुखरामला समजलं होतं.' मागून साधारण पन्नाशीच्या आसपास असलेल्या महिलेचा आवाज आला.

'जोपर्यंत तो हिऱ्यांचा बटवा सुखरामजवळ होता, तोपर्यंत त्याला त्याची किंमत नव्हती. त्याच्याजवळ असलेल्या आनंदाची माहिती नव्हती. जेव्हा त्याच्याजवळचा हिऱ्यांचा बटवा बाबांनी पळवून नेला, तेव्हा आपल्याजवळचं सगळं संपलं आणि आपण आता सर्वांत गरीब झालो आहोत, या विचारांनी सुखराम जास्तच दुःखी झाला. हिऱ्यांचा बटवा परत मिळवण्यासाठी तो त्या बाबांच्या मागे धावत सुटला. पण जेव्हा तो हिऱ्यांचा बटवा त्याला परत मिळाला, तेव्हा आपली सगळी दौलत परत मिळाली. आता आपण जगातील सर्वांत श्रीमंत आणि आनंदी व्यक्ती आहोत, या विचारांनी त्याला पुन्हा आनंद झाला.' अतिशय प्रभावी आवाज मागे बसलेल्या घोळक्यातून आला.

हे उत्तर ऐकताच सगळ्यांनी होकार देत माना डोलावल्या आणि त्या उत्तरालाही सहमती दर्शवली.

'हे बरोबर आहे, पण अशी नक्की कोणती समज त्याला मिळाली, ज्यामुळे त्याने बाबांचे पाय धरले?' माझा हा प्रश्न ऐकताच सगळ्यांचे चेहरे विचारमग्न झाले.

'बाबांनी त्याला सांगितलं, तुला अपेक्षित असलेला आनंद बाहेर कुठेही नाही, तो तुझ्यामध्येच सामावलेला आहे.' तेवढ्यात एकाने उत्तर दिलं.

'बाबांनी त्याला समजावलं, की खरा आनंद हिरे किंवा पैसे यांमध्ये मिळत नाही, ते एक मायाजाल आहे. खरा आनंद आपल्यातच आहे.' मागून दुसरं उत्तर आलं.

'हे अगदी बरोबर आहे. पण मला सांगा, खरा आनंद आपल्यात आहे म्हणजे नक्की कुठं आहे?' पुन्हा मी प्रश्न विचारला.

आता या प्रश्नावर सगळे जण पुन्हा विचार करू लागले. सुखरामला अशी नक्की कोणती समज मिळाली, ज्यामुळे त्याने तो हिऱ्यांचा बटवा बाजूला टाकून बाबांचे पाय धरले? सगळेजण गांभीर्याने या विषयावर मनन करू लागले.

सगळ्यांचे विचारमग्न चेहरे पाहून मी त्यांना म्हणालो, ''मी तुम्हाला आणखी एक घटना सांगतो. कदाचित या गोष्टीमुळे तुम्हाला मूळ रहस्य समजेल. मग दोन्ही गोष्टींमध्ये काय साम्य आहे, हेदेखील तुम्हाला उमजेल.'' पुन्हा सगळे उत्कंठेने ऐकू लागले.

''एक कारखानदार होता. एक दिवस त्याच्या घरी एक पत्र आलं. ते पत्र बंद लिफाफ्यात होतं. ते पत्र कुठून आलंय, हे पाहण्यासाठी त्याने पत्राच्या मागच्या बाजूला पाहिलं. ते पत्र कर्नाटकातून आलं होतं. कर्नाटक हे नाव वाचताच त्याचा चेहरा रागाने लालबुंद झाला. त्याने ते पत्र जोरात दूर भिरकावलं. त्याला एवढा राग येण्याचं कारण म्हणजे त्याची बायको. त्याच्या बायकोशी त्याचं अजिबात पटत नसल्याने, ती त्याच्यापासून दूर जाऊन कर्नाटकात राहात होती. ती तेथूनच पत्र पाठवायची. त्या पत्रात एकतर बरंच वाईटसाईट लिहिलेलं असायचे, नाहीतर सतत पैशांची मागणी केलेली असायची. तिची कटकट नको म्हणून तोसुद्धा तिला पैसे पाठवून द्यायचा.

''तिचे पैसे संपले असतील आता, म्हणूनच पुन्हा पैसे पाठवण्यासाठी हे पत्र आलं असणार, या विचाराने तो खूपच चिडला होता. तसाच रागाच्या भरात तो खोलीत फेऱ्या मारू लागला. त्याला परत काय वाटलं कोण जाणे! तो कोपऱ्यात गेला आणि त्याने ते पत्र उचललं. 'या वेळी काय मागणी केली आहे, कुणास ठाऊक?' असं स्वतःशी म्हणत, चरफडत त्याने तो लिफाफा फाडून पत्र बाहेर काढलं.

''पत्र उघडून तो त्यातील मजकूर वाचू लागला आणि काय आश्चर्य! जसजसं तो पत्र वाचत गेला, तसतसं त्याच्या चेहऱ्यावरच्या रागाची जागा आनंदाने घेतली. रागाने लालबुंद झालेला चेहरा आता प्रसन्न हास्याने प्रफुल्लित झाला होता. त्याचं कारणही तसंच होतं. कर्नाटकच्या एका मोठ्या कंपनीने त्याच्या कंपनीला एक मोठी ऑर्डर दिली होती. अचानक मिळालेली एवढी प्रचंड ऑर्डर पाहून त्याचा आनंद गगनात मावेनासा झाला. 'आता या ऑर्डरमुळे मला भरपूर फायदा होईल... मी एक मोठा बंगला बांधेन... मोठी गाडी विकत घेईन... जगातील सर्व सुखं माझ्याजवळ असतील...'

असे एक ना अनेक विचार त्याच्या मनात सुरू होते. इतक्या आनंदाने त्याला वेडच लागायचं बाकी होतं.

‘‘आता तुमच्यासाठी प्रश्न आहे, की जेव्हा पत्र आलं, तेव्हा ते पत्र आपल्या बायकोचं असेल या विचाराने पहिल्यांदा तो खूप चिडला होता. दुःखी झाला होता. मग नंतर तेच पत्र त्याने वाचलं, तेव्हा तो खूप आनंदी झाला. हे असं का?

‘‘त्याचप्रमाणे आधीच्या घटनेत जेव्हा हिऱ्यांचा बटवा सुखरामजवळ होता, तेव्हा त्याला ना दुःख होतं, ना सुख होतं! पण तोच बटवा बाबांनी पळवला तेव्हा त्याला खूप दुःख झालं आणि त्यांच्याकडून तो बटवा परत मिळाल्यानंतर खूप आनंद झाला. या दोन्ही घटनांमध्ये काय साम्य आहे?’’

‘‘आपल्या जीवनात सुख-दुःखं कशामुळे निर्माण होतात?’’

समोर बसलेल्या सर्वांच्याच चेहऱ्यांवर प्रश्नचिन्ह आणि एक प्रकारचं आश्चर्यही दिसत होतं.

‘‘या दोन्ही घटना तशा पाहिल्या तर खूपच वेगवेगळ्या आहेत. मग यांत साम्य कसं असेल?’’ समोरच्याने आश्चर्याने प्रश्न विचारला.

‘‘तुम्हाला जे वाटतंय ते योग्य आहे. दोन्ही गोष्टी तशा खूप वेगवेगळ्या आहेत, पण सुख-दुःखामागील कारण मात्र एकच आहे.’’ त्यांच्या प्रश्नार्थक चेहऱ्यांकडे पाहून मी त्यांना म्हणालो.

‘‘दुःखानंतर सुख आलं तर माणसाला नक्कीच आनंद होतो,’’ एकाने सहजतेने सांगितलं.

‘‘पण ही सुख-दुःखं तयारच का होतात आणि त्याला कोणत्या घटना कारणीभूत ठरतात?’’

‘‘सरश्री, मी सांगू?’’ विचारणाऱ्याच्या चेहऱ्यावर एखादी गोष्ट हरवल्यानंतर ती जेव्हा पुन्हा सापडते तेव्हा जसा आनंद होतो, तसाच आनंद दिसत होता. बोट वर केलेला हात नाचवतच तो म्हणाला, ‘‘सरश्री, आता माझ्या लक्षात आलं, की सुख-दुःखं का तयार होतात... या दोन्ही गोष्टींमध्ये साम्य काय आहे... या सर्व गोष्टींमागचं रहस्य म्हणजे आपले विचार. तुम्ही नेहमी सांगता, की कोणतीही घटना सुख-दुःख तयार करत नाही, तर त्या घटनेमुळे आपल्या मनामध्ये जे विचार सुरू होतात, त्या

विचारांमुळेच आपण सुखी अथवा दुःखी होत असतो.''

''अगदी बरोबर!'' मी हसत म्हणालो, ''कोणतीही घटना सुखद किंवा दुःखद नसते, तर त्या घटनेमुळे आपल्या मनात जे विचार, जे स्वसंवाद सुरू होतात, तेच आपल्या सुख-दुःखांना जबाबदार असतात. आधीच्याच घटनेत पाहिलं, तर बटवा गेला याचं सुखरामला दुःख नव्हतं, तर 'माझा बटवा गेला' या विचारामुळे त्याला दुःख झालं आणि 'माझा बटवा परत मिळाला' या विचाराने आनंद तयार झाला. तसंच दुसऱ्या घटनेत 'हे पत्र माझ्या बायकोचं असेल' या विचारानेच दुःख झालं. शिवाय, ते पत्र बायकोचं नसून, ती एका मोठ्या कंपनीची ऑर्डर आहे व या ऑर्डरमुळे माझं जीवन परिपूर्ण होईल, सर्व सुखसोयी माझ्याजवळ असतील, या विचारांनी तो आनंदित झाला. याचाच अर्थ, आपल्या विचारांद्वारे स्वतःशी होणारा स्वसंवादच कोणत्याही सुख-दुःखाचं मूळ कारण असतं.

''शिवाय, ही परिस्थिती केवळ या दोघांपुरतीच मर्यादित नसून, विश्वातील प्रत्येक व्यक्तीसोबत असंच घडत असतं. आपल्याच स्वसंवादातून आनंद आणि दुःख यांचा जन्म होत असतो. त्यातूनच आपण आपल्या जगाची निर्मिती करत असतो. आपल्या स्वसंवादानेच आपण स्वर्ग आणि नरक तयार करतो व त्यातच आपण राहतो. जेव्हा हे रहस्य तुम्हाला पूर्णपणे समजेल, तेव्हा तुम्हाला फक्त आश्चर्य आणि आश्चर्यच वाटेल. मग शेवटी तुमच्या लक्षात येईल, की जोपर्यंत आपण दुःखी होऊ इच्छित नाही, तोपर्यंत आपल्याला कोणीही दुःखी करू शकणार नाही.''

वरील सर्व गोष्टी आणि त्याबाबतची लोकांची उत्तरं वाचत असताना तुमच्या मनात कोणत्या प्रकारचा स्वसंवाद चालू होता? तुमची उत्तरं कोणती होती? मात्र आत्ताच कोणतंही उत्तर निश्चित मानू नका, कारण ही तर पुस्तकाची सुरुवात आहे. स्वसंवादाची जादू कशा प्रकारे काम करते, हे पुढे पाहू या. आता पुढच्या भागात एक नवीन आश्चर्य पाहायला तयार राहा. तुम्हाला कोणीही दुःखी कसं करू शकत नाही, हे सत्य जाणून घेऊ या.

रडत-अंकुश लावणं कसकुढत जीवन पुढे ढकलणं ठीक आहे.
हसत-हसत जीवन जगणं चांगलं आहे.
सतत आनंदी राहून हसत-हसत भरभरून जीवन जगणं अतिउत्तम आहे.

भाग ३

स्वसंवादाचं आश्चर्य

तुम्हाला कुणीही दुःखी करू शकत नाही

मंगेश आणि पंकज दोघे मित्र होते. एकदा पंकजने मंगेशकडून दहा हजार रुपये घेतले. काही दिवसांनंतर मंगेशने पंकजकडे आपले पैसे परत मागितले. पैसे परत करायचे म्हटल्यावर पंकज आता हात झटकू लागला, त्याला टाळू लागला.

एक दिवस अचानक मंगेशला हार्ट-अॅटॅक आला. मंगेशला हॉस्पिटलमध्ये दाखल केलं तेव्हा डॉक्टरांनी त्याचा मृत्यू झाल्याचं घोषित केलं. मंगेशच्या घरी जेव्हा त्याच्या बायकोला ही बातमी समजली, तेव्हा तिला प्रचंड धक्का बसला, त्या धक्क्यामुळे ती बेशुद्धच पडली. आता मंगेशचा मुलगा वडिलांच्या मृत्यूची बातमी ऐकून रडायला लागला. त्याच्या डोळ्यांतून एकसारखं घळाघळा

पाणी वाहायला लागलं. मंगेशचा नोकर आपल्या मालकाच्या मृत्यूची बातमी ऐकून अतिशय व्यथित झाला. अशा प्रकारे घरातील वातावरण अत्यंत शोकाकुल झालं.

मंगेशच्या मृत्यूची बातमी जेव्हा त्याच्याच शेजारी राहणाऱ्या शंकरला समजली, तेव्हा तो वर्तमानपत्र वाचत होता. त्याने आपल्या बायकोला हाक मारून बाहेर बोलावून सांगितलं, ''मंगेशला हार्ट-अॅटॅक येऊन त्याचा मृत्यू झालाय. आता तो या जगात नाहीये.'' एवढं सांगून तो परत वर्तमानपत्र वाचण्यात गर्क झाला. कारण मंगेशच्या मृत्यूचा त्याच्यावर विशेष परिणाम झाला नव्हता.

''आजकाल कोणाचा भरवसाच राहिला नाही'' शंकरची बायको सहजतेने म्हणाली. ''कोण कधी कशाने जाईल काही सांगता येत नाही'' असं म्हणून ती परत स्वयंपाकघरात कामाला निघून गेली.

आता मंगेशच्या मृत्यूची बातमी त्याचा मित्र पंकजपर्यंत पोहोचली. त्यालाही थोडा धक्का बसला; पण लगेच त्याने दिलेल्या दहा हजार रुपयांची त्याला आठवण झाली. क्षणातच त्याचा स्वसंवाद बदलला.

'मी त्याच्याकडून दहा हजार रुपये घेतले होते, हे फक्त आम्हा दोघांनाच माहीत होतं आणि आता तर तो गेला. चला! एका दृष्टीने बरंच झालं. आता माझे दहा हजार रुपये वाचले. आता मी या पैशांतून एक कलर टीव्ही घेणार...' अशा प्रकारचा स्वसंवाद त्याच्या मनात सुरू झाला. त्याची कल्पनाशक्ती शेखचिल्लीसारखी भरारी घेऊ लागली.

वरील उदाहरणावरून आपल्याला असं दिसून येतं, की मंगेशचा मृत्यू ही एकच घटना होती, पण त्याचा परिणाम वेगवेगळ्या लोकांवर, वेगवेगळ्या प्रकारे झाला. असं का झालं?

मंगेशच्या मृत्यूनंतर प्रत्येकाच्या मनात वेगवेगळ्या प्रकारचा स्वसंवाद सुरू झाला. कोणाचा स्वसंवाद नकारात्मक होता, कोणाचा सकारात्मक होता, तर कोणाचा दोन्हीपैकी कुठलाच नव्हता. त्यामुळे त्यांना काहीच फरक पडला नव्हता; पण प्रत्येक स्वसंवादानंतर प्रत्येकाच्या मनात सुख-दुःखाचा खेळ सुरू झाला होता.

आता हे उदाहरण वाचून तुमच्या मनात कोणत्या प्रकारचा स्वसंवाद चालू आहे? दोन मिनिटं पुस्तक वाचणं बंद करून आपल्यातील स्वसंवाद जाणून घ्या.

स्वसंवाद जाणून घेतल्यावर तुम्हाला खात्री पटेल, की प्रत्येक घटनेनंतर आपलं मन जे अनुमान लावतं, त्यावरून आपला स्वसंवाद बदलत जातो. स्वसंवादामुळे आपला

दृष्टिकोन बदलतो, दृष्टिकोनामुळे माणूस बदलतो आणि माणसामुळे विश्व बदलतं.

मृत्यू जर वाईट असेल, तर मंगेशच्या मृत्यूचं सगळ्यांनाच दुःख व्हायला हवं होतं. परंतु तसं झालं नाही. एखाद्या घटनेमुळे कुणा एकाला आनंद होत असेल, तर तो सगळ्यांना व्हायला हवा किंवा दुःख होत असेल तर ते दुःख सगळ्यांना व्हायला हवं. परंतु असं होत नाही. कारण प्रत्येकजण त्या घटनेकडे स्वतःच्या दृष्टिकोनातून बघत स्वसंवाद करत असतो. हा स्वसंवाद नकारात्मक किंवा सकारात्मक असू शकतो. हा संवाद चालू असताना तो स्वतःही याविषयी जागरूक नसतो, पण स्वसंवाद त्याचा परिणाम दाखवतोच आणि म्हणून तो सुख-दुःखाच्या झुल्यावर झुलायला लागतो. मात्र, जेव्हा माणूस सजग होतो, त्या वेळी त्याचा स्वसंवाद बदलतो. लहानपणापासून आपल्यावर झालेले संस्कार, जडणघडण यांमुळे स्वसंवाद सुरू होतो. हा ढाचा (विचारांची प्रवृत्ती) तोडल्यावर उत्तम जीवन प्राप्त करता येईल.

मंगेशच्या मृत्यूच्या बातमीनंतर त्याच्या घरातील वातावरण अत्यंत शोकाकुल झालं होतं. तेवढ्यात कुणीतरी ओरडलं, ''ते बघा मंगेशचा श्वासोच्छ्वास सुरू आहे,'' हे ऐकताच त्याची बायको धावतच त्याच्याजवळ गेली आणि त्याला श्वास घेताना पाहून अतिआनंदाने पुन्हा बेशुद्ध पडली. मंगेशच्या मुलाच्या डोळ्यांत परत पाणी आलं; पण आता ते आनंदाश्रू होते. मंगेशचा नोकर, जो व्यथित झाला होता, तो शांत झाला आणि थोड्याच वेळात आपल्या कामाला लागला.

मंगेशच्या शेजारी राहणाऱ्या शंकरला जेव्हा ही बातमी मिळाली, तेव्हा त्याने परत आपल्या बायकोला हाक मारली आणि तो म्हणाला, ''अगं, ऐकलंस का? बाहेर ये आधी. अगं, तो मंगेश गेला नाही म्हणे! जिवंत आहे अजून!''

''काय सांगता? काय बाई एकेक अजबच आहे! आजकालच्या डॉक्टरांचा भरवसाच राहिला नाही,'' स्वतःच्या कपाळावर हात मारत ती म्हणाली. ''जिवंत माणसाला मृत घोषित करतात,'' असं म्हणत ती परत आपल्या कामाला लागली.

हीच बातमी जेव्हा पंकजला समजली, तेव्हा तो मात्र उदास झाला. 'आता मला त्याचे पैसे परत करावेच लागतील. असं का झालं? माझा रंगीत टीव्ही आता येणार नाही. माझी रंगीत स्वप्नं भंग पावली...' अशा प्रकारच्या स्वसंवादामुळे पंकज निराश झाला. कारण त्याला मंगेशचे दहा हजार रुपये द्यावे लागणार होते.

या घटनांवरून तुमच्या लक्षात आलंच असेल, की आनंद हा बाहेरच्या घटनांवर अवलंबून नसून, तो आपल्या मनात चाललेल्या स्वसंवादावर अवलंबून असतो. मंगेश हा जर सर्वांच्या दुःखाचं कारण होता, तर सगळ्यांनाच त्याचं समान दुःख होणं आवश्यक होतं. पण तसं झालं नाही. या घटनेत एकाला खूप आनंद झाला, तर दुसऱ्याला तेवढंच दुःख झालं. याचा अर्थ सुख-दुःखाचं कारण मंगेश नसून, इतर काहीतरी आहे. ते कारण म्हणजे स्वतःबरोबर झालेला वार्तालाप. हा वार्तालाप अज्ञान आणि बेहोशीमध्येही होऊ शकतो किंवा समज आणि जागृतीमध्येही होऊ शकतो. आपल्या आत सतत स्वसंवाद चालूच आहे आणि त्या स्वसंवादामुळे घटना सुखद किंवा दुःखद बनतात. ज्या क्षणी तुम्हाला हे रहस्य कळेल, तेव्हा दुःखातून मुक्त होण्याचं सूत्र तुम्हाला समजेल. या सूत्रावर निरंतर काम केल्यानंतर तुम्हीदेखील उत्तम जीवन प्राप्त करू शकाल.

तुमच्या जीवनात ज्या घटना घडतात, त्यातील काही घटना तुमच्यावर परिणाम करतात, तर काही अजिबात परिणाम करत नाहीत. घटना घडताना किंवा घडल्यावर तुलनात्मक मन जो वार्तालाप (कॉमेंट्री) तुमच्याशी करतं, जो आखों देखा हाल तुम्हाला सांगतं, त्याच्यामुळेच हे नाटक, आंधळी कोशिंबीर सुरू होते.

वरील उदाहरणामुळे आपल्यातील तुलनात्मक मनाला प्रशिक्षण व समज मिळण्याची किती आवश्यकता आहे, हे आपल्याला समजतं. या प्रशिक्षणानंतर तुलनात्मक मनाची चुकीची कॉमेंट्री (स्वसंवादामुळे होणारा त्रास) संपेल. अशी कॉमेंट्री संपल्यानंतर सहज मनाला जास्त वाव मिळेल. सहज मन प्रत्येक कार्य सुंदर पद्धतीने करण्यास सदैव तयार असतंच. परंतु तुलनात्मक मनामुळे सहज मनाला जास्त वाव मिळू शकत नाही. तुलनात्मक मनाचं कार्य म्हणजे शंका, अनुमान, अहंकार, अविश्वास, ज्यामुळे मनुष्य सर्वोत्तम जीवन सोडून दुःखी जीवन जगतो.

वाणीमध्ये कटुता नसणं ठीक आहे.
वाणीतून गोडवा पसरविणं चांगलं आहे.
मौनावस्थेतून प्रकटलेली प्रसन्न वाणी उत्तम आहे.

स्वसंवादाने द्यावी विचारांना दिशा
सुखदुःखाचे मूळ - स्वसंवाद

सर्व दुःखांचं मूळ म्हणजे माणसाचं मन! जे प्रत्येक क्षणी स्वसंवाद करत असतं. आपण आपल्या मनाला उठता-बसता, खाता-पिता, सकाळ-संध्याकाळ, दिवस-रात्र सतत बोलताना, तुलना करताना ऐकत असतो, बघत असतो. असं सतत तुलना करणारं तुलनात्मक मन जर निरोगी असेल, त्याचा सुसंवाद योग्य असेल, तर सर्व काही सुरळीत पार पडतं.

झाडाच्या मुळांना जर योग्य प्रमाणात पाणी दिलं, तर झाड चांगलं वाढतं, बहरतं. आपल्या मनाचंही तसंच असतं. चांगल्या स्वसंवादाचं खत-पाणी जर मनरूपी मुळांना मिळालं, तर शरीररूपी वृक्ष चांगला फुलतो, बहरतो.

सुस्वसंवादाने हे निश्चितच साध्य होऊ शकेल.

आपलं तुलनात्मक मन सतत वेगवेगळ्या गोष्टींशी तुलना करत असतं. त्याचा सतत स्वकुसंवाद चालू असतो. असं मन सतत, प्रत्येक घटनेनंतर 'हे चांगलं झालं, हे वाईट झालं, आता खूप दुःख होतंय, आता खूप आनंद होतोय' अशा प्रकारची तुलना करत राहतं.

असं मन क्षणिक मिळणाऱ्या लाभावर तात्पुरतं समाधानी होतं. आत्ता मन आनंदात असेल, तर दुसऱ्याच क्षणी ते दुःखी होतं. जसं, एक शिक्षिका आणि त्यांच्या विद्यार्थ्यांच्या संवादावरून आपल्या लक्षात येईल, की माणसाचं तुलना करणारं मन कशा प्रकारे चुकीच्या स्वसंवादात आणि चांगल्या- वाइटाच्या चक्रात अडकत जातं, फसत जातं.

"मुलांनो, पुढच्या आठवड्यात आपण सगळे ट्रीपला जाणार आहोत." टीचरने असं सांगताच वर्गामध्ये जणू काही बॉम्बच फुटला. संपूर्ण वर्ग टाळ्या आणि हास्याच्या गडगडाटाने हादरला.

"व्वाऽव! मऽस्त! खूप छान, क्या बात है, वाहवा! किती मजा येईल!" अशा अनेक आवाजांनी वर्ग दुमदुमला. मात्र जसा टीचरने हात वर केला, तसा वर्गातील आवाज हळूहळू शांत होत गेला.

"या, ट्रीपसाठी प्रत्येकाला ८०० रुपये खर्च येणार आहे." टीचरचं पुढचं वाक्य ऐकताच वर्ग चिडीचूप झाला.

"बाप रे! ८०० रुपये? इतके जास्त?" एक मुलगी तोंडाचा आऽ करत म्हणाली.

"म्हणजे मला तर येताच येणार नाही." अतिशय नाराजीने एक मुलगा हळूच उद्गारला.

"पण आठशे रुपये केव्हा, जर विमानाने जायचं असेल तर..." टीचरच्या चेहऱ्यावर बोलताना खट्याळ हसू होतं. त्या पुढे म्हणाल्या, "पण जर बसने जायचं असेल, तर केवळ दोनशे रुपये लागतील, म्हणून आपण बसने जातोय."

हे वाक्य ऐकताच सर्व मुलांनी आपल्या जागेवर उभं राहून टाळ्यांचा कडकडाट केला, तर कुणी आपल्या जागेवरच नाचायला सुरुवात केली. "अरे व्वा! बरं झालं आपण बसने चाललोय. त्यामुळे पैसेही वाचतील आणि उरलेल्या पैशांतून खरेदीही करता येईल."

“मस्त!... आपण तर आता ट्रीपला जाणारच.” असे अनेक आवाज येऊ लागले.

“आत्ताच मिळालेल्या माहितीनुसार सर्व पर्यटन स्थळं गर्दीने गच्च भरलेली आहेत, त्यामुळे आपल्याला जागाच नाही.”

“अरेऽऽ रे! आमच्याच ट्रीपच्या वेळी असं का होतं?”

“पण आपल्याला जुहू बीचवर जागा मिळाली आहे.”

“अरे व्वा! ग्रेट! हे तर खूप छान झालं. मस्त खाऊ-पिऊ अन् मजा करू.”
“आपण नाष्ट्यासाठी साबुदाण्याची खिचडी बरोबर नेणार आहोत.”

“ईऽऽई...! साबुदाण्याची खिचडी! ट्रीपला जाण्यासाठी काय उपवास करावा लागतो का? अशी ट्रीप असते का कधी?”

“ज्यांचा उपवास असेल त्यांनाच फक्त खिचडी, इतरांसाठी मस्त सूप आणि पुलाव असेल.”

“अरे वाऽऽवा! क्या बात है. ही डिश तर फारच छान आहे. शिवाय, आमच्या आवडीचीच आहे.”

“पण आपल्याबरोबर प्रिन्सिपलसुद्धा येणार आहेत.”

“अरेऽऽरे! ट्रीपची सगळी मजाच घालवली!”

“पण ते फक्त बसपर्यंतच सोडायला येणार आहेत.”

“व्वा! मग काहीच हरकत नाही. ते गेल्यावर आमचंच राज्य, आम्ही मस्त मजा करू.”

या संवादावरून काय लक्षात येतं? तर एकाच घटनेवर माणसाचं तुलनात्मक मन स्वसंवादामुळे कशाप्रकारे क्षणात आनंद, तर क्षणात दुःख निर्माण करतं. ही मनाची अवस्था नक्की कशामुळे सतत बदलत असते, हे आपण समजून घेऊ या.

आपल्या मनाला नेहमी कोणत्याही बाबतीत चांगलं किंवा वाईट असं लेबल लावण्याची सवयच जडलेली असते. चांगल्या किंवा वाइटाचा ठप्पा लावल्याशिवाय मनाचं समाधान होतच नाही. लेबल लावणाऱ्या मनालाच तुलना करणारं ‘तुलनात्मक मन’ म्हटलं गेलं. हे मन प्रत्येक घटनेला काळ्या-पांढऱ्या रंगाचं शेपूट लावत असतं.

मनुष्याच्या आत चालणारा तुलनात्मक मनाचा स्वसंवाद, हेच खरं दुःखाचं मूळ कारण आहे. वास्तवात मनुष्याची समस्या त्याच्या अंतर्यामीच आहे आणि त्याचं समाधानही तिथंच आहे.

प्रत्येक माणसाला वाटतं, की मला समोरच्याच्या मनात चालणारे विचार वाचता यावेत, त्याचा स्वसंवाद मला कळावा. परंतु अशी इच्छा करणारी व्यक्ती ही उत्तम जीवनापासून नेहमी लांब जात असते. जर तिने स्वतःच्या मनातील स्वसंवाद जाणून तो समजून-उमजून बदलला, तर उत्तम जीवन जगणं तिला सहज शक्य आहे. आपण जेव्हा स्वतःच्या विचारांना दिशा देत नाही, तेव्हा तेच विचार आपल्या दुःखांसाठी कारण बनतात. यासाठी स्वसंवादाद्वारे स्वतःच्या विचारांना जाणीवपूर्वक दिशा द्यायला हवी. तुमच्या विचारांना जेव्हा दिशा मिळेल, तेव्हा आपला आनंद कुठेही हरवलेला नाही, तर तो प्रत्येक क्षणी आपल्यासोबतच आहे, हा सर्वोच्च अनुभव मिळेल.

एकदा एका स्त्रीने आपल्या लहान मुलाला पाठीवर बांधलं आणि ती लोकांना विचारू लागली, "तुम्ही माझ्या लहान मुलाला कुठे बघितलं का हो?"

"नाही हो, आम्ही तुमच्या मुलाला बघितलंच नाही," समोरचे लोक सांगत होते. त्यानंतर बराच वेळ ती आपल्या मुलाला शोधत होती. शेवटी थकून जेव्हा ती एका जागी बसली, तेव्हा तिथे एक माणूस आला. त्यालाही तिने तोच प्रश्न विचारला.

'तुमच्या पाठीवर जे मूल बांधलं आहे, त्यालाच तर तुम्ही शोधत नाही ना?' त्याने सहजपणे त्या स्त्रीला विचारलं.

तेव्हा कुठे तिच्या लक्षात आलं, 'अरेच्च्या, आपणच तर आपल्या मुलाला पाठीवर बांधलं होतं.' नंतर तिच्या मनात असा विचार आला, 'सकाळपासून एवढ्या लोकांना मी हाच प्रश्न विचारला, पण कोणीच हे उत्तर कसं दिलं नाही? एवढ्या लोकांपैकी कुणाला तरी नक्कीच हा पाठीवर बांधलेला दिसला असेलच की! पण लोकांना वाटलं असेल, ही बाई आपल्या दुसऱ्या मुलाला शोधत असेल. कारण स्वतःच्याच पाठीवरील मुलाला कोण शोधेल? म्हणूनच मूल दिसूनसुद्धा त्याविषयी कोणीही काहीच बोललं नसावं.'

आपल्या बाबतीतही अगदी असंच घडत असतं. आपल्या दुःखाचा इलाजही आपण आपल्यासोबतच घेऊन फिरत असतो, सुख-आनंद स्वतःबरोबरच घेऊन फिरत असतो. पण तरीसुद्धा 'आनंद कुठे मिळेल, उत्तम जीवन कसं जगता येईल, खरी

आत्मसंतुष्टी कुठे मिळेल,' अशी चौकशी आपण सतत करत राहतो.

यासाठी तुम्ही तुमच्याजवळ असलेले सर्व चांगले, प्रभावी स्वसंवाद लिहून काढा. त्यामुळे तुमच्या विचारांना दिशा मिळून जीवनात वेळ, प्रेम, पैसा, आरोग्य आणि संतोष वाढेल. जेव्हा जेव्हा वेळ मिळेल, तेव्हा तेव्हा ते स्वसंवाद उच्चारा. पठण आणि मनन करा. त्यानंतर लक्षात येईल, तुमच्या सर्वोत्तम जीवनाला आता सुरुवात झाली आहे.

ईश्वराला फुलं वाहणं ठीक आहे.
ईश्वराला समर्पित होणं अतिशय चांगलं आहे.
सर्वांना क्षमा करून ईश्वराला निर्मळ मन
समर्पित करणं उत्तम आहे.

भाग ५

स्वसंवाद आणि सामान्य बुद्धी

मंदबुद्धीच्या दुष्टचक्रातून बाहेर या

स्वसंवादाची जादू स्वतःमध्ये आणायची असेल, तर 'सामान्य बुद्धी' म्हणजेच 'कॉमन सेन्स' हा गुण असणे फार आवश्यक आहे. त्याचीच आज कमतरता जाणवते.

एक मुलगा आपल्या मित्राला म्हणाला, "बरं झालं बाबा, मी गुजराथी कुटुंबात जन्माला आलो नाही ते!" त्याच्या मित्राला मोठं आश्चर्य वाटलं. तो म्हणाला, "का रे! असं का म्हणतोस?" त्यावर तो मुलगा म्हणाला, "अरे, मला गुजराथी अजिबात बोलता येत नाही."

आता वरील संवादावरून त्या मुलाला किती 'कॉमन सेन्स' आहे हे तुमच्या लक्षात आलंच असेल. खरं म्हणजे गुजराथी कुटुंबात

जन्माला आल्यानंतर गुजराथी तर बोलता येणारच, हा कॉमन सेन्स आहे. पण हे त्याला कळलंच नाही.

स्वसंवादाने योग्य परिणाम कसा प्राप्त करावा

एकदा एक माणूस गाढवाच्या पाठीवर बसून चालला होता. त्याच्या हातात एक भलीमोठी काठी होती. काठीच्या एका टोकाला त्याने केळी बांधून त्या गाढवासमोर धरली. समोरील केळी बघून त्या गाढवाला खूप आनंद झाला. केळी खाण्यासाठी त्याने तोंड पुढे केले; पण केळी काही केल्या त्याच्या तोंडापर्यंत पोहोचत नव्हती. असं बऱ्याचदा झालं. जेव्हा जेव्हा समोर बांधलेली केळी खाण्यासाठी ते गाढव तोंड पुढे करायचं, तेव्हा तेव्हा ती केळी पुढे-पुढे जात होती. सारखं असंच घडत होतं, कारण जी केळी काठीला बांधलेली होती, ती गाढवाच्या पाठीवर बसलेल्या माणसाच्या हातात होती. मात्र, हे गाढवाला कळत नव्हतं. त्याला तेवढा 'कॉमन सेन्स' नसल्याने तो ती केळीच पकडण्याच्या मागे लागला होता.

अशा प्रकारे माणूसही बरेच प्रयत्न करतो, पण त्याच्या प्रयत्नांचं फळ त्याला नेहमीच मिळतं असं नाही. यासाठी त्याने सहजबुद्धीचा वापर करायला हवा. हवं ते फळ मिळालं नाही, तर त्याने स्वतःशी स्वसंवाद साधायला हवा, 'या कामाचा परिणाम न मिळण्याची तीन मुख्य कोणती कारणं असतील? मला ती कारणं डायरीमध्ये लिहायला हवीत. पुढच्या वेळेस मला वेगळं काय करायला हवं, जेणेकरून हवा तो परिणाम मिळेल? यावेळच्या चुकांतून मी काय शिकलो, ते लिहून ठेवायला हवं.' अशा पद्धतीचा स्वसंवाद आणि लिहिण्याचं (कलमबद्ध) कर्म यामुळेच उचित फळ (लक्ष्य) मिळतं.

आनंद आणि दुःखाचं कारण- स्वसंवाद

उत्तम जीवनाचं ध्येय काय आहे? ध्येय आहे, सर्वांना तेजानंद, परमानंद प्राप्त होणं, ज्याचा शोध सगळ्यांनाच आहे. जेव्हा एखादी व्यक्ती पैशांच्या मागे लागते, तेव्हा ती व्यक्ती खरंतर आनंदाचाच शोध घेत असते. मात्र काही लोक आनंद नशेमध्ये, जुगारामध्ये शोधतात.

जिथं चार जण एकत्र येतात, तिथं इतरांची निंदा सुरू होते. मग त्यातून जो नकली आनंद मिळतो, तोच त्यांना खूप चांगला वाटतो. लोकांमध्ये ही सामान्य बुद्धी नसते, की कुणामागे त्यांची केलेली निंदा-नालस्ती दुष्परिणाम बनून परत आपल्याच जीवनात

येणार आहे. म्हणून सहजबुद्धीचा वापर करून अशा कुसंवादापासून स्वतःला नेहमी वाचवा. कुणामागे काही बोलायचं असेल, तर त्यांचे चांगले गुण सांगा, त्यांची प्रशंसा करा. अशा पद्धतीने लोकांमध्ये तुम्ही चांगुलपणा पसरवाल.

केळी खाण्याच्या आशेने जसं गाढव सतत त्याच्यामागे धावत होतं, त्याचप्रमाणे माणूससुद्धा 'कॉमन सेन्स'चा वापर न करता सतत पैशांच्या मागे धावत असतो. त्याला वाटतं, मी पुढे गेलो, तर माझं काम होईल. अजून पैसे मिळविले, तर माझं काम होईल, मला संतोष मिळेल. त्याला सतत वाटतं, एक लाखाचे दोन लाख व्हावेत, दोनाचे तीन, एक करोडचे दोन करोड... असं झालं तरच मग मला आनंद होईल. पण असं कधीच होत नाही. तो जीवनभर त्या गाढवाप्रमाणेच वागतो आणि आनंद नेहमी त्याच्या पुढेच जातो.

तुम्हाला या मंदबुद्धीच्या दुष्टचक्रातून बाहेर यायचं आहे

या चक्रातून बाहेर येण्यासाठी सामान्यज्ञानाचा उपयोग करणं आवश्यक आहे. तसं झाल्यानंतरच लक्षात येईल, की प्रत्येकाला आनंदच हवा आहे, जो आपल्या अंतर्यामीच आहे. फक्त त्याला जाणण्याची कला समजली पाहिजे. त्याने त्याची ग्रहणशीलता इतकी वाढायला हवी, की कोणी सत्य सांगायचा अवकाश, लगेच त्याला साक्षात्कार व्हावा.

मग प्रश्न निर्माण होतो, मनुष्याच्या प्रत्येक कार्यामागे 'आनंदाची प्राप्ती' हेच उद्दिष्ट असेल, तर तो आनंद कसा बरं प्राप्त करता येईल? खरोखरच असा परमानंद प्राप्त करणं सोपं आहे का?

मनुष्य नेहमी स्वतःच्या विचारांमध्ये मग्न असतो. एका विचारामुळे तो खुश होतो, तर दुसऱ्याने लगेच दुःखी होतो. अशा पद्धतीने स्वसंवाद आनंद आणि दुःख दोन्हींसाठी कारणीभूत ठरतो.

असंच एकदा दोन विद्यार्थी एकमेकांना भेटले. त्यांच्यात वार्तालाप झाला. तो वाचल्यानंतर समजेल, की स्वसंवादाने सुख-दुःख कसं तयार होतं.

"मित्रा आजच परीक्षा संपली बघ." पहिला मित्र सहजतेने समोरच्याला म्हणाला.

"अरे वा!" समोरच्याच्या चेहऱ्यावरील आनंद बोलताना लपत नव्हता. "ही तर खूप चांगली गोष्ट आहे."

"पण पेपर फारच कठीण होते."

"अरेऽऽरे, ही तर फारच वाईट गोष्ट झाली."

"पण परीक्षेत कॉपी झाली."

"वाऽवाऽ मग काय मज्जाच!" समोरच्याचा चेहरा हर्षाने फुलला होता.

"पण... कॉपी करताना मला पकडलं," अतिशय दुःखाने पहिला म्हणाला.

"अरेऽऽरे!"

"पण नंतर टीचरने सोडून दिलं."

"अरे वाऽवा!"

"पण घरी वडिलांना समजलं, की मी कॉपी केली म्हणून."

"अरेऽऽरे! गेला आता तू कामातून!"

"अरे नाही, आईने सोडवलं."

"अरे वाऽवा!"

"पण वडिलांनी सांगितलं, या सुट्टीत मावशीकडे अजिबात जायचं नाही."

"अरेऽऽरे...सुटी वाया गेली."

"पण... या वेळेस मावशीच आमच्या घरी येत आहे."

"अरे वाऽवा!"

अशा प्रकारे घटनेनुसार क्षणाक्षणाला वार्तालाप बदलत असतो आणि स्वसंवादामुळेच सुख आणि दुःख जाणवतं. नकारात्मक स्वसंवादाने दुःख, तर सकारात्मक स्वसंवादाने सुख आणि सत्य संवादामुळे तेजानंद मिळतो. म्हणून आनंद हा विचारात नाही, तर जेथून विचारांचा उगम होतो, त्या स्थानावर स्थापित होण्यात आहे! उत्तम जीवन हेच रहस्य तुमच्यासमोर उलगडून दाखवतं.

शरीर जिवंत राहण्यासाठी भोजन आवश्यक आहे.
शरीर स्वस्थ राहण्यासाठी वेळेवर भोजन करणं चांगलं आहे.
पण शरीर हे मंदिर आहे हे जाणून योग्य आहार घेणं सर्वोत्तम आहे.

भाग ६

स्वकुसंवाद – उत्तम जीवनातील बाधा

एक अनोखी चीज ◐

विश्वाचा निर्माता, या सृष्टीचा जन्मदाता म्हणजेच ईश्वर! त्याने स्वतःशी कशाप्रकारे स्वसंवाद केला असेल, ज्यामुळे या जगाची रचना झाली? या जगाची निर्मिती केल्यानंतर ईश्वराने कसा स्वसंवाद केला असेल, जेणेकरून प्रत्येकाला उत्तम जीवन प्राप्त झालं? काही **परिकल्पना** आणि शब्दांच्या आधारे आपण हे जाणण्याचा प्रयत्न करू या.

सृष्टीची रचना केल्यानंतर ईश्वराने सर्वप्रथम 'वेळ आणि जागा' (Time & Space) यांची निर्मिती केली. पण सृष्टीची निर्मिती केल्यावर जेवढा आनंद ईश्वराला झाला होता, तेवढा आनंद वेळ आणि जागेची निर्मिती केल्यावर झाला नाही. त्यामुळे त्याने आणखी एका अजब

आणि महत्त्वपूर्ण गोष्टीची रचना केली. ती गोष्ट म्हणजे 'जीव'. त्या जिवाचं प्रत्येक काम योग्य पद्धतीने, सुरळीत चालण्यासाठी त्या जिवात ईश्वराने 'सहज मना'ची स्थापना केली.

सहज मन - माणसाचं मन अखंड आहे, पण त्याला समजून घेण्यासाठी वेगवेगळी नावं दिली आहेत. मनाच्या दोन बाजू असतात, एक असतं 'सहज मन', तर दुसरं 'तुलनात्मक मन.' आता हे 'सहज मन' आणि 'तुलनात्मक मन' म्हणजे नेमकं काय आणि ते कशा प्रकारे काम करतं, ते समजून घेऊ या.

सहज मन अगदी सहजतेनं प्रत्येक क्रिया करत असतं. तुम्ही कित्येकदा पाहिलं असेल, की आपण जेव्हा सहज मनाने काम करतो, तेव्हा वेळ कसा जातो याचा पत्ताच लागत नाही. तुम्ही काही रचनात्मक कार्य करण्यात मग्न असता आणि जेव्हा घड्याळ बघता, तेव्हा स्वतःलाच म्हणता, 'पाच तास गेले, पत्ताच लागला नाही. आश्चर्यच आहे!'

ईश्वराने माणसाच्या मनात सहज मन टाकलं तेव्हा एक अनोखा जीव तयार झाला. पण ईश्वराला अपेक्षित तो आनंद मिळाला नाही. मग ईश्वरासमोर प्रश्न निर्माण झाला, परमआनंद कसा मिळेल? मनुष्यामध्ये असं आणखी काय जोडलं पाहिजे, ज्यामुळे त्याला सृष्टीच्या आनंदाची अनुभूती मिळेल?

तुलनात्मक मन - सहज मन बनवल्यानंतर ईश्वराने आणखी एक अनोखी गोष्ट बनवली, ती म्हणजे आजच्या भाषेत ज्याला 'तुलनात्मक मन' असं म्हणता येईल (Contrast Mind). तुलनात्मक मन म्हणजे असं मन, जे प्रत्येकाला दोन भागांमध्ये विभाजित करून तुलना करतं, उदा. काळं-पांढरं, चांगलं-वाईट, सुख-दुःख, ज्ञान-अज्ञान इत्यादी. तुम्ही टीव्हीवर कॉन्ट्रास्ट कंट्रोलचं बटण बघितलं असेलच. या बटणाच्या बाजूला एक छोटं गोल चित्र असतं, ज्या गोलाचा अर्धा भाग पांढरा व अर्धा भाग काळा असतो (◐). त्याचप्रमाणे आपलं तुलनात्मक मनसुद्धा प्रत्येक गोष्ट दोन भागांमध्ये विभाजित करतं, म्हणूनच त्याला कॉन्ट्रास्ट मन असं म्हटलं जातं. कोणत्याही कामाला सुरुवात करताच या तुलनात्मक मनाची कॉमेंट्री सुरू होते. 'माझं हे काम कधी होणार? कशा प्रकारे होईल? हे काम किती बोअरिंग आहे? जर हे काम मी आधी पूर्ण केलं, तर चांगलं होईल का? सगळी कामं मलाच का करावी लागतात? मी कितीही काम केलं तरी त्याचं श्रेय दुसऱ्यांनाच मिळतं, मग जास्त काम करून काय उपयोग?'

अशा प्रकारे तुलनात्मक मन आजूबाजूला चालू असलेल्या घटनांवरून डोळ्यांना

जे दिसतं, ते आपल्याला सांगत असतं. जसं, क्रिकेटची मॅच चालू असते, तेव्हा त्या खेळाची कोणीतरी कॉमेंट्री करत असतं आणि ती कॉमेंट्री ऐकून लोक हल्लागुल्ला करतात, ओरडतात, तर काही नाराज होऊन तोडफोडही करतात. खरंतर हा सगळा माणसाच्या मनात चालू असलेल्या स्वसंवादाचाच परिणाम आहे. तुलनात्मक मन सतत संवाद करत असतं. आता हे पुस्तक वाचत असताना तुमच्या मनातही एक कॉमेंट्री सुरू असेलच, काही ना काही संवाद चालू असतीलच. वास्तवात तुलनात्मक मन आपल्याजवळ असलेल्या ज्ञान-अज्ञान, सूचना आणि माहितीनुसार कॉमेंट्री करत असतं. जेव्हा ईश्वराने हे आश्चर्य (मन) बनवलं, तेव्हा त्याला खूप आनंद झाला. असं का झालं?

कोणत्याही घटनेला तुलनात्मक मन लगेच लेबल लावतं, 'हे चांगलं झालं, हे वाईट झालं.'

तुलनात्मक मन आधीपासूनच हे सर्व ठरवून ठेवत असतं. जसं, माणूस जेव्हा ऐकतो, 'मुलगा झाला', तेव्हा तुलनात्मक मन लगेच लेबल लावतं, 'फारच चांगलं झालं, मुलगा झाला ते.' मात्र जेव्हा मुलगी होते तेव्हा, 'हे फार वाईट झालं,' असंही लेबल लावतं.

तुलनात्मक मन प्रत्येक घटनेला लगेचच चांगलं किंवा वाईट असं लेबल लावतं. तुम्हाला जर कोणी चांगलं म्हटलं, तर तुम्ही त्याला 'धन्यवाद' देता आणि कोणी अपशब्द वापरले, तर लगेच त्याला प्रत्युत्तर देता. कारण तुलनात्मक मनाने आधीच असा विचार केलेला असतो, 'जर मला कोणी असं म्हटलं, तर मीही त्याला तसंच म्हणणार... त्याने तसं केलं, तर मीही तसंच करणार.. त्याच्याशी जशाला तसंच वागणार...' अशा प्रकारे तुलनात्मक मन निरंतर तुम्हाला समोरील गोष्टींविषयी सांगत असतं आणि विचार न करता तुमच्याकडून त्यावर प्रतिक्रिया करवून घेत असतं. मात्र यावेळी जर तुम्ही सजग राहिला नाहीत, तर आनंदप्राप्तीसाठी दिलेलं तुलनात्मक मनच तुमच्या दुःखाचं कारण बनेल. अशा प्रकारे ईश्वराने आनंद मिळवण्यासाठी तुलनात्मक मनाला वेगवेगळ्या जिवांमध्ये घालून बघितलं.

तुम्हाला हे केवळ काल्पनिक उदाहरणाद्वारे समजावलं जात आहे, प्रत्यक्षात तसं घडलेलं नाही. ही एक समजावण्याची पद्धत आहे. या उदाहरणावरून तुम्ही हे समजून घेण्याचा प्रयत्न करा, 'तुम्ही कोण आहात आणि तुमच्यामध्ये जे जीवन आहे, ते काय आहे? जीवनात खरी बाधा कोणती आहे? असं आपण काय लक्षात घेतलं पाहिजे.

ज्यामुळे आपलं उरलेलं जीवन उत्तम बनेल!'

गाढव आणि तुलनात्मक मन - ईश्वराने प्रथम तुलनात्मक मनाची नव्हे, तर जिवाची निर्मिती केली. वास्तवात त्या जिवामुळेच आपलं जीवन खुललं. या जिवामध्ये तुलनात्मक मन नव्हतं तेव्हा प्रत्येकाचं जीवन अतिशय सुंदर पद्धतीने चालू होतं. पण ईश्वराला त्यात आनंद मिळत नव्हता. आनंद प्राप्त करण्यासाठी ईश्वराला विलक्षण, अनोखी निर्मिती करायची होती म्हणून त्याने तुलनात्मक मनाची, माणसाच्या मनाची निर्मिती केली. मनामुळेच त्याला 'मनुष्य' असं म्हटलं आहे.

खरंतर तुलनात्मक मन टाकण्यासाठी ईश्वरासमोर अनेक जीव उपलब्ध होते. ईश्वर विचार करीत होता, 'या तुलनात्मक मनाला कोणत्या जिवामध्ये घालायचं?'

त्याचवेळी त्याला जंगलात आनंदाने फिरणारं गाढव दिसलं. गाढवाच्या जिवात तुलनात्मक मन घातल्यानंतर त्याच्या आत कोणते संवाद चालू आहेत, हे ईश्वराने पाहिलं. 'सगळ्या जगाचं ओझं माझ्यावरच आहे... माझ्या बाबतीतच असं का घडतं... माझं आयुष्य आता असंच जाणार का... सगळ्यांचं ओझं उचलण्याचा ठेका काय मीच घेतला आहे का...' गाढवाचा असा स्वसंवाद सुरू होताच ते दुःखी झालं. ईश्वराला गाढवाच्या बुद्धीची कीव आली आणि त्याला जितका पाहिजे होता, तितका आनंदही मिळाला नाही.

"गाढवा, तुला तुलनात्मक मनाचं काम कसं वाटलं?" असं ईश्वराने त्याला विचारताच गाढवाने सांगितलं, "तुलनात्मक मनामुळे फक्त दुःखच मिळालं, वेगळा असा काही आनंद मिळाला नाही." त्यानंतर ईश्वराने गाढवाच्या मनातून तुलनात्मक मन काढून घेतलं आणि दुसऱ्या जिवाच्या शोधार्थ तो बाहेर पडला.

हरिणी आणि तुलनात्मक मन - मोठ्या मुश्किलीने वाघाला चकमा देऊन पळणारी हरिणी ईश्वराला दिसली. वाघाला चकमा दिल्यानंतर समोर तिला हिरवंगार गवत दिसलं. तिने लगेच चरायला सुरुवात केली. त्याच वेळी ईश्वराने ते तुलनात्मक मन त्या हरिणीमध्ये घातलं. तुलनात्मक मनाने तिच्यात प्रवेश करताच त्या हरिणीच्या मनात स्वसंवाद सुरू झाला, 'थोड्या वेळापूर्वी एक वाघ माझ्या मागे लागला होता. त्याने जर मला खाल्लं असतं तर? ईश्वराने असं जग कसं बनवलं? या जंगलात किती तरी अपराधी वावरत आहेत, ज्यांना माझ्यासारख्या जनावरांना मारायचं आहे. या जंगलात काही अपराधी आहेत, तर काही निरपराधी आहेत. सगळ्या अपराध्यांना जंगलातून बाहेर काढून टाकलं पाहिजे. ईश्वराने अपराधी तर बनवले, पण मग मला घाबरट का

बनवलं? मी एवढी घाबरट का? उद्या जर वाघ परत आला, तर मी काय करणार? या क्षणी हे हिरवं गवतही मला चांगला स्वाद देत नाहीये. आता काय होणार?' अशा प्रकारच्या स्वसंवादानंतर त्या हरिणीच्या मनात चिंता आणि विचारांची कलाबाजी सुरू झाली.

"तुलनात्मक मनामुळे या विचारांव्यतिरिक्त आणखी काही वेगळी जाणीव तुला होत आहे का?'' ईश्वराने त्या हरिणीला विचारलं.

"या व्यतिरिक्त मला आणखी काहीही जाणीव होत नाही,'' हरिणी म्हणाली. मग ईश्वराने तुलनात्मक मनाला हरिणीच्या मनातून काढून टाकलं आणि तो आणखी एका नवीन जिवाच्या शोधात निघाला.

कुत्रा आणि तुलनात्मक मन – ईश्वराला जेव्हा गाढव व हरिणीमध्ये तुलनात्मक मन टाकल्यावर आनंद झाला नाही, तेव्हा त्याने ते एका कुत्र्यामध्ये टाकलं.

जसा कुत्र्याच्या मनात तुलनात्मक मनाने प्रवेश केला, तसा त्याच्या मनात स्वसंवाद सुरू झाला, 'मी इतका चांगला प्राणी... सगळ्यांकडे बघून मी माझी शेपूट हलवतो, सगळ्यांची स्तुती करतो, तरीही लोक मला हाकलतात. असं माझ्या बाबतीतच का होतं? सगळ्यांसाठी मी एवढं चांगलं करतो, सगळ्यांशी इमानदारीने राहतो, तरीसुद्धा माझ्याशी बेइमानी केली जाते. दुसऱ्या गल्लीतील कुत्रा माझ्या गल्लीत येऊन माझ्यावरच भुंकून जातो. आता तो कुत्रा परत आला तर मी असंच करणार... तसंच करणार...' कुत्र्याच्या मनात तुलनात्मक मनाची बडबड सुरू झाली. हे बघून ईश्वराने विचार केला, 'तुलनात्मक मनाने कुत्र्याच्या मनात खूप चांगलं काम केलंय; पण तरीही अजून मला तो आनंद मिळाला नाही, ज्याच्यासाठी मी ही लीला रचली आहे. आता दुसऱ्या जिवामध्ये मी हा प्रयोग करून बघतो.'

मुंगी आणि तुलनात्मक मन – कुत्र्यामध्ये तुलनात्मक मन टाकल्यांनतर ईश्वराने पृथ्वीवरील छोट्या जिवात, मुंगीच्या आत तुलनात्मक मन घातलं. आधी ती मुंगी मजेत फिरत होती. पण जसा तिच्यात तुलनात्मक मनाने प्रवेश केला, तसा तिचा स्वसंवाद सुरू झाला, 'ईश्वर कसा आहे? ईश्वराने हा संसार कसा बनवला? मला एवढं छोटं बनवलं आणि बाकी जिवांना तर किती मोठं बनवलं! ईश्वराने माझ्या बाबतीत असा भेदभाव करायला नको होता. मलाही पंख असते तर? आज लोक मला आपल्या पायाखाली चिरडून टाकतात. खरंतर दिवसभर इकडे-तिकडे फिरून मला खूप कंटाळा येतो.' असा तिचा संवाद ऐकून मुंगीच्या आतसुद्धा या तुलनात्मक मनाचा ईश्वराला

फारसा काही वेगळा परिणाम जाणवला नाही.

माकड आणि तुलनात्मक मन – मग ईश्वराने माकडामध्ये तुलनात्मक मनाला घालून बघितलं. थोड्या वेळापूर्वी जे माकड या फांदीवरून त्या फांदीवर मजेत वेड्यावाकड्या उड्या मारत होतं, तुलनात्मक मनाने प्रवेश करताच, त्याचा स्वसंवाद सुरू झाला, 'माझा चेहरा इतका कुरूप का? मला जर टपोरे डोळे असते अन् धारदार नाक असतं तर किती चांगलं झालं असतं! मी मदारी कधी बनणार?'

कित्येक लोक आपल्या चेहऱ्याचा स्वीकार करू शकत नाहीत. आपल्या रंगरूपाबाबत ते नेहमीच हैराण असतात. त्यांच्या मनातही त्या माकडासारखे विचार चालू असतात, 'जर माझे डोळे आणि नजर तीक्ष्ण असती... माझी उंची इतकी फूट आणि एवढी इंच असती...' अशा प्रकारे ते आपल्या शरीराचाही पूर्णपणे स्वीकार करू शकत नाहीत. तुलनात्मक मन नेहमीच काही ना काही तरी अस्वीकार करतच असतं. लोकांना आपल्या शरीराचा स्वीकार करता येत नसल्याने आपली अस्वीकाराची भावनाही ते लपवू शकत नाहीत.

माकडाच्या मनातही असेच विचार चालू होते. माकडाच्या आत तुलनात्मक मनाला घालून ईश्वराला जेवढा आनंद झाला, त्यापेक्षा जास्त आनंद त्याला मनुष्यामध्ये घालून झाला.

मनुष्य आणि तुलनात्मक मन – शेवटी ईश्वराकडून मनुष्यात जेव्हा तुलनात्मक मन घातलं गेलं, तेव्हा मनुष्याच्या मनात एकाच वेळी हजारो तक्रारी सुरू झाल्या. आता माणसाच्या आत स्वसंवाद चालू झाला, 'ईश्वराने असं का केलं? एकाला गरीब आणि एकाला श्रीमंत का बनवलं? त्याने असं करायला नको होतं. काही जण अपराधी, तर काही जण निरपराधी आहेत. एका माणसाला एक वस्तू आवडते, तर दुसऱ्या माणसाला दुसरी वस्तू आवडते. काही लोक बेसूर असतात, तर काहींचा आवाज मधुर असतो. असा फरक त्याने करायला नको होता. दिवसानंतर रात्र का येते? आजार आणि त्रास का आहेत? काम, क्रोध, लोभ का आहेत? उपजीविकेसाठी पैसा का कमवावा लागतो?' अशा प्रकारे माणसाच्या अनेक तक्रारी सुरू असतात. यामुळेच माणूस आपल्या जीवनात नेहमी असंतुष्ट राहतो आणि विचार करतो, 'हे असं झालं पाहिजे, तसं व्हायला नको.'

आता जरा विचार करून बघा, जगात जर सगळेच श्रीमंत असते, तर जग कसं असतं? कोणी गरीबच नसतं, तर तुमच्या घरात नोकरचाकर कुठून आले असते?

तुमच्या घरातील आणि ऑफिसमधील कामं कशी झाली असती? घर कोणी बनवलं असतं? शेती कुणी केली असती?

मात्र, ईश्वराने माणसात जेव्हा तुलनात्मक मन घातलं, तेव्हा त्याला खरा आनंद मिळाला. तुलनात्मक मनाला निमित्त बनवून ईश्वराने मनुष्याच्या शरीरात आत्मसाक्षात्काराचा अनुभव घेतला. कारण तुलनात्मक मन घातल्याशिवाय हा अनुभव मिळालाच नसता. या अनुभवानंतर तुलनात्मक मन नेहमी माणसामध्येच राहिलं. जोपर्यंत तुलनात्मक मनाचं रहस्य माणूस समजून घेत नाही, तोपर्यंत चुकीचा स्वसंवाद करून तो दुःखीच राहतो.

स्वतःला विसरण्यासाठी ईश्वराने तुलनात्मक मन बनवलं. माणसाच्या विकासासाठी विज्ञान, तर स्वतःच्या लीलेचा साक्षी बनण्यासाठी त्याने तेजज्ञान (सत्यज्ञान) बनवलं.

तुलनात्मक मनाचं अज्ञान - तुलनात्मक मनाला ही समज नसते, की 'जगातील प्रत्येक कार्य योजनाबद्ध पद्धतीने स्वचलित आणि स्वघटित प्रणालीने चालू आहे.' कारण तुलनात्मक मनाला निसर्गाची काम करण्याची पद्धत माहीत नसते, त्यामुळे ते नेहमी नकारात्मक स्वसंवाद करत राहतं. तुलनात्मक मनाला जेव्हा निसर्गाचं रहस्य समजतं, तेव्हा ते आश्चर्य, भक्ती आणि धन्यतेमध्ये समर्पित होतं. मग समर्पित मन जेव्हा स्वसंवाद करतं, तेव्हा शरीरामध्ये आनंद आणि प्रेमाच्या लहरी उठतात. हा स्वसंवाद कोणत्याही उपनिषदांपेक्षा कमी नसतो. तुलनात्मक मनाला विलीन करण्यासाठीच सर्व ध्यानविधी आणि आध्यात्मिक मार्गांचा आविष्कार झाला आहे. तुमचं तुलनात्मक मन नष्ट करण्यासाठी तुम्हाला उत्तम जीवन प्राप्त करण्याची समज येथे दिली जात आहे.

माणसाच्या तुलनात्मक मनाला अज्ञानामुळे, 'सर्वांचा आवाज सुरेल असावा, सर्वजण श्रीमंत असावेत, सर्वांची उंची चांगली असावी.,' असं वाटत असतं. पण माणसाला ही समज यायला हवी, की जगात काही लोक बेसूर असतील, तरच ज्यांचा आवाज चांगला आहे, त्या लोकांची कदर होईल. जर जगामध्ये सगळ्यांचाच आवाज किशोरकुमार किंवा लता मंगेशकरसारखा असता, तर कुणीच कुणाला ऐकलं नसतं. तुलनात्मक मनाचं ऐकून संगीतासारखी चांगली गोष्ट आपण या जगातून हद्दपार केली असती. संगीत ही जगातील अतिशय सुंदर गोष्ट आहे आणि केवळ तुलनात्मक मनाचं ऐकून आपण ते नष्ट केलं असतं.

तुलनात्मक मनाचं ऐकून जर ईश्वराने जगातील सगळ्याच लोकांचे आवाज

चांगले बनवले असते, सगळ्यांना श्रीमंत केलं असतं, सर्वांनाच उंच, गोरे, मजबूत, हुशार, प्रामाणिक बनवलं असतं, तर काय झालं असतं बरं? तुम्हाला ही सृष्टी जगण्यालायक वाटलीच नसती. मनुष्याला वाटलं असतं, 'आता सगळं चांगलं झालं, सगळं सुंदर झालं, सगळ्यांचे आवाज चांगले आहेत, त्यामुळे आता सगळे आनंदी होतील.' पण जेव्हा तुम्हाला खरी गोष्ट समजेल, तेव्हा याच्या उलट होईल, जीवन अगदी नीरस वाटेल.

माणसामध्ये तुलनात्मक मन प्रकट झाल्यानंतर ईश्वराला हव्या असलेल्या सर्व गोष्टी सुरू झाल्या. ईश्वराने पाहिलं, की तुलनात्मक मनाद्वारे जी मजा यायला हवी होती, ती यायला सुरुवात झाली आहे. आधी हे तुलनात्मक मन प्रबळ होईल, मजबूत होईल. पण ज्या दिवशी ते पुन्हा विलीन होईल, नष्ट होईल, तो दिवस परम आनंदाचा दिवस असेल. तुलनात्मक मनाला आधी मोठं करून मग त्याला नष्ट करणंही महत्त्वाचं असतं. कारण त्यामुळे आपल्याला आनंद मिळतो. जसं, एखादा माणूस आपल्या घरापासून काही दिवस दूर राहतो, बाहेर जातो आणि बाहेर जाऊन पुन्हा जेव्हा घरी परत येतो, तेव्हा त्याला खूप छान वाटतं. तो म्हणतो, 'आपल्या घरासारखं सुख इतरत्र कुठेही नाही.' पण इतके दिवस जेव्हा तो घरी राहात होता, तेव्हा त्याला त्या घराची किंमत समजली नव्हती. खूप दिवसांनंतर घरी परत आल्यानंतर जे समाधान त्याला जाणवतं, त्यातून त्याला त्या घराची किंमत समजते.

विचारांना योग्य दिशा देणं ठीक आहे.
विचारांकडे साक्षीदार म्हणून बघणं चांगलं आहे.
विचारांनाच आरसा बनविणं अतिउत्तम आहे.

आपल्या अंतर्यामी सतत जो स्वसंवाद चालू असतो,
त्यामुळेच घटना सुखद किंवा दुःखद बनते.
जेव्हा आपण हे रहस्य जाणाल,
तेव्हा दुःखातून मुक्त होण्याचं सूत्र जाणाल.
या सूत्रावर सातत्याने काम
केल्यानंतरच उत्तम जीवन प्राप्त होतं.

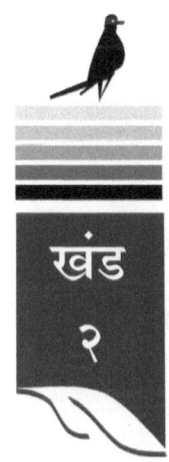

खंड

२

जीवनाच्या प्रत्येक घटनेत स्वसंवादाची जादू कशी वापरावी

विचारांना योग्य दिशा देण्यासाठी आणि कोणत्याही घटनेत योग्य प्रतिसाद देण्यासाठी स्वसंवाद (Self Talk) बदलणं हा सर्वोत्तम उपाय होऊ शकतो.

समजून-उमजून स्वसंवाद करावा

शून्यसंदेश

कोणत्याही समस्येचं समाधान हे त्या समस्येमध्येच दडलेलं असतं. स्वसंवाद जर समस्या असेल, तर तिचं उत्तरही त्या समस्येतच सामावलेलं आहे. एका गोष्टीवरून आपण हे समजून घेऊ. स्वसंवादामुळे कोणत्याही सुख-दुःखात तुम्ही संतुलित राहू शकता, शून्यात (न्यूट्रल) राहू शकता! अन्यथा कधी कधी तर एखाद्या छोट्याशा घटनेमुळेही आपल्याला खूप त्रास होतो.

खूप वर्षांपूर्वीची ही गोष्ट आहे. एका गावात एक माणूस आपल्या एकुलत्या एक मुलाबरोबर राहात होता. त्याचं नाव होतं शून्यबाबा. शून्यबाबा नेहमी शून्यात म्हणजेच संतुलित विचारांत राहात

असत. कोणतीही घटना किंवा कोणतीही परिस्थिती त्यांच्या मनाचं संतुलन बिघडवू शकत नव्हती. कोणतंही काम करताना शून्यात राहणं, हे शून्यबाबांचं वैशिष्ट्य होतं. त्यांच्याजवळ एक घोडा होता. ही त्याकाळची गोष्ट आहे, ज्याकाळी माणसाजवळ किती घोडे आहेत, यावरून त्याची श्रीमंती ओळखली जात असे. ज्या माणसाजवळ जास्त घोडे असतील, तो सर्वांत श्रीमंत आणि ज्या माणसाजवळ कमी घोडे, तो सर्वांत गरीब समजला जात असे.

एके दिवशी शून्यबाबांचा घोडा जंगलात हरवला. सगळ्यांनी घोड्याचा शोध घेण्यास सुरुवात केली, पण खूप शोधाशोध करूनही घोडा काही सापडेना. ही बातमी ऐकून गावकरी शून्यबाबांकडे येऊन म्हणाले, "शून्यबाबा, हे तर खूप वाईट घडलं. तुमचा एकुलता एक घोडा निघून गेला, त्यामुळे तुमचं खूप नुकसान झालं. अरेरे! खूपच वाईट झालं..."

तरीही शून्यबाबा शून्यामध्येच होते. त्यांच्या चेहऱ्यावर शांती तर होतीच, पण त्या शांतीमध्ये प्रसन्नताही होती. त्याच शांततेने शून्यबाबा सहजपणे सर्वांना म्हणाले, "इतक्यातच असं कसं म्हणू शकता, की हे वाईट झालं, नुकसान झालं?"

त्यांचं हे उत्तर ऐकून लोकांना आश्चर्य वाटलं.

"अहो, वाईट झालं नाही तर काय झालं मग? तुमचा घोडा, जी तुमची एकमेव संपत्ती होती, तीच निघून गेली, म्हणजे तुमचं नुकसानच झालं ना?" असं म्हणून गावकरी निघून गेले.

या घटनेला साधारण पाच-सहा दिवस झाले असतील, तोच एक दिवस शून्यबाबांचा हरवलेला घोडा अचानक परत आला. फिरता फिरता तो जंगलात गेला होता. तिथे गेल्यावर तेथील घोड्यांशी त्याची मैत्री झाली. म्हणून परत येताना तो त्याच्याबरोबर त्याच्या मित्रांना म्हणजे आणखी सात-आठ घोड्यांना घेऊन शून्यबाबांकडे परत आला. आता शून्यबाबांकडे एकंदर नऊ घोडे झाले होते. शून्यबाबांचा घोडा परत आला आहे. शिवाय, येताना तो आणखी काही घोड्यांना सोबत घेऊन आला आहे, ही बातमी बघता-बघता गावात पसरली. त्या घोड्यांना पाहण्यासाठी आणि शून्यबाबांचं अभिनंदन करण्यासाठी भराभर गावकरी जमले. ते शून्यबाबांना म्हणाले, "शून्यबाबा, हे तर फारच छान झालं. आता तुम्ही खूप श्रीमंत झालात. तुमची संपत्ती तर कित्येकपट झाली. खरंच तुम्ही फार भाग्यवान आहात. हे फारच चांगलं झालं."

तरीही शून्यबाबा शांतच होते. तीच शांती आणि तेच हास्य त्यांच्या चेहऱ्यावर विलसत होतं. त्याच शून्यावस्थेत राहून हसत हसत ते गावकऱ्यांना म्हणाले, ''इतक्या लवकर कसं म्हणू शकता, की फार चांगलं झालं, खूप भाग्यवान आहात...?''

त्यावर सर्वजण त्यांना म्हणाले, ''अहो बाबा, हे चांगलंच झालं की! या घोड्यांमुळे तुमची संपत्ती वाढली आणि तुम्ही किती श्रीमंत झालात! तरी तुम्ही म्हणता, हे चांगलं झालं, असं इतक्या लवकर कसं म्हणू शकता...?'' असं म्हणत गावकरी तेथून निघून गेले.

शून्यबाबांकडे जे घोडे आले होते, ते जंगली असल्याने प्रशिक्षित नव्हते. त्यासाठी त्यांना विशिष्ट वळण लावणं आवश्यक होतं. म्हणून शून्यबाबांच्या मुलाने त्या घोड्यांना प्रशिक्षण देण्याचं ठरविलं. एकदा त्यांना शिकवत असताना तो एका घोड्याच्या पाठीवरून जोरात खाली पडला आणि जखमी झाला. त्याचा एक पाय मोडला, तो एका पायाने अधू झाला. शून्यबाबांनी लगेच आपल्या जखमी मुलावर औषधोपचार करायला सुरुवात केली. त्याची मनापासून सेवा करण्यात ते मग्न झाले. गावात ही बातमी भराभर पासरली. ही तेव्हाची गोष्ट आहे, ज्या वेळेस स्वतः शारीरिक कष्ट करून अन्न मिळवावं लागत असे. ऑफिसमध्ये काम करून पैसे मिळत नसत. सर्व गावकरी परत शून्यबाबांना भेटायला आले.

''शून्यबाबा, हे तर फारच वाईट झालं. तुमचा एकुलता एक मुलगा अपंग झाला. दुर्भाग्य तुमचं आणखी काय!''

तरीसुद्धा शून्यबाबा शांत होते. त्याच शांतीने, निर्भयतेने ते म्हणाले, ''इतक्या लवकर आपण कसं म्हणू शकता, की हे वाईट झालं?''

अशा वेळीही शून्यबाबांना शांत बघून लोकांना खूप आश्चर्य वाटलं, काहींना तर धक्काच बसला. काही लोकांनी आपापसांत बोलायला सुरुवात केली, ''अहो, वय झालंय त्यांचं. आता एकुलत्या एक मुलाचं अपंग होणं सहन होत नसावं त्यांना.''

हे ऐकूनही शून्यबाबा शांत होते. लोक म्हणत होते, ''एकुलता एक मुलगा लंगडा झालाय, वाईट नाही तर काय घडलं?''

तरीसुद्धा शून्यबाबा शांतच होते. आपल्या मुलाच्या सेवेत ते गर्क होते. काही वेळाने गावकरी निघून गेले.

काही महिन्यांनंतर त्यांच्या राज्यावर दुसऱ्या राजाने हल्ला केला. लढाईला सुरुवात झाली. गावातील सगळ्या तरुणांना सैन्यात भरती होऊन युद्धासाठी जावं लागलं. घनघोर युद्ध झालं. गावातील अनेक तरुण मुलं या युद्धात मृत्युमुखी पडली. युद्ध जिंकलं; पण अनेक तरुण धारातीर्थी पडले. मात्र, शून्यबाबांचा मुलगा अधू असल्याने तो काही युद्धाला गेला नाही.

युद्धानंतर गावातील दुःखी लोक शून्यबाबांना भेटायला आले आणि त्यांना म्हणाले, "शून्यबाबा, तुमचंच बरोबर होतं. कारण पायाने अधू-अपंग कसाही असला, तरी आज तुमचा मुलगा किमान तुमच्यासोबत तरी आहे. आमची मुलं तर युद्धात मारली गेली. आता मुलांशिवाय आम्ही कसं जगणार?" काही जणांनी तर रडायलादेखील सुरुवात केली. पण काही लोक शून्यबाबांना म्हणाले, "बरं झालं, तुमच्या मुलाचा पाय मोडला, त्यामुळे तुमचा मुलगा निदान तुमच्या जवळ तरी आहे."

शून्यबाबा शांतपणे सर्वांकडे पाहात होते. त्यांच्या चेहऱ्यावर शून्यभाव होते. त्या शून्यावस्थेतच त्या दुःखी लोकांकडे पाहत ते म्हणाले, "इतक्या लवकर कस म्हणू शकता, हे चांगलं झालं आणि ते वाईट झालं?"

या गोष्टीतून शून्यबाबा आपल्याला सांगतात, 'कुठलीही घटना होऊ देत, घटनेनंतर आपला लगेच स्वसंवाद सुरू होतो, हे चांगलं झालं, हे वाईट झालं, हे जास्त चांगलं झालं, हे जास्त वाईट झालं.' मात्र शून्यबाबांचा हा संदेश प्रत्येकाने लक्षात ठेवायला हवा. जेव्हा कधी सुखद किंवा दुःखद घटना होईल, तेव्हा स्वसंवाद सुरू होण्याआधी दुसरा स्वसंवाद सुरू झाला पाहिजे. जी घटना घडली ती चांगली की वाईट, हे लगेच न ठरवता काही दिवस जाऊ द्यावेत. त्यानंतरच आपण ठरवू शकाल, घडलेली घटना चांगली होती की वाईट!

आजपर्यंत आपल्या जीवनात अनेक घटना घडल्या असतील. त्यातील एखादी घटना डोळ्यांपुढे आणून आठवून पाहा. जी घटना पाच-सहा वर्षांपूर्वी नकारात्मक वाटत होती, तीच आज आठवून बघितली तर ती तितकी नकारात्मक वाटणार नाही. ती घटना आठवून आज असं वाटेल, की त्या वेळेस घडलेली घटना नक्कीच वाईट नव्हती. याचाच अर्थ, जीवनात घटना घडली, की लगेच स्वसंवाद सुरू होतो, 'हे चांगलं झालं, हे वाईट झालं, हे जास्त वाईट झालं...'

यासाठी आजपासूनच आपण शून्यबाबांचा संदेश लक्षात ठेवणार आहोत.

कोणतीही घटना घडली, तरी त्याला लगेच चांगली किंवा वाईट असं म्हणायचं नाही. आजपासून शून्याकडे जायचं, शून्यात राहायचं. शून्यबाबांचा संदेश नेहमी लक्षात ठेवायचा. चांगल्या-वाईट घटनेनंतर तुम्हाला फक्त एवढंच म्हणायचं आहे, 'इतक्या लवकर कसं म्हणू शकता, की हे चांगलं झालं आणि हे वाईट झालं?'

मनुष्यजन्म मिळणं, जीवन जगणं आणि मग मृत्यू येणं
हे ठीक आहे. मनुष्यजन्म मिळून चांगलं जीवन जगणं आणि
मग मृत्यपूर्वी न मरणं हे चांगलं आहे.
पण, मनुष्यजन्म मिळणं, जीवन जगणं आणि
जीवन असताना मरणं (अहंकार नष्ट होणं) हे उत्तम आहे.

भाग २

घटनेचा चेंडू आणि स्वसंवाद
मनातील मांडे कसे थांबवावेत

काही लोकांच्या बाबतीत असं होतं, की त्यांच्या जीवनात एक-दोन चांगल्या, आनंदी घटना घडल्या तर त्यावरच त्यांचा स्वसंवाद सुरू असतो. बरेच दिवस उलटून जातात, तरी त्यातून ते बाहेरच येत नाहीत. जसं, एखाद्या छोट्याशा कामात त्यांना यश मिळालं, तर सतत त्यावरच संवाद करून ते समाधानी होतात. पण त्यामुळे पुढे आलेली दुसरी संधी व त्यातून मिळणारं यश त्यांना लाभतच नाही. सतत त्याच स्वप्नांच्या जगात ते वावरत असतात.

एका चंकी नावाच्या मुलाच्या गोष्टीवरून आपण हे समजून घेऊ या.

खरंतर चंकी खूप हुशार व मेहनती मुलगा;

पण त्याचा एकच गुण वाईट होता, तो सतत स्वप्नांच्या जगात वावरत असे. स्वप्न हेच त्याच्यासाठी सत्य होतं. एक दिवस त्याच्या कॉलेजमध्ये 'कॉलेजमध्ये बेस्ट फुटबॉल टीमची निवड केली जाणार आहे आणि त्या टीमला एका मोठ्या फुटबॉल क्लबमध्ये खेळण्यासाठी पाठवले जाईल.,' असं जाहीर करण्यात आलं. ही बातमी ऐकताच चंकीने लगेच जाऊन आपलं नाव नोंदवलं.

फुटबॉल टीममध्ये नावनोंदणी झाली, तसं चंकीने स्वप्नांच्या जगात वावरण्यास सुरुवात केली. तो त्या तंद्रीतच विचार करू लागला... 'बॉल जर माझ्याकडे आला, तर त्याला मी असा मारेन... त्या बॉलला तसा मारेन...'

त्याची ही मन:स्थिती त्याच्या मित्रांना माहीत होती. त्यापैकी एक मित्र फारच समजुतदार होता. तो चंकीला म्हणाला,

"चंकी, तू तुझ्या स्वप्नांच्या जगातून बाहेर ये. बॉल कसा मारला पाहिजे, यावर विचार करणं चांगलं आहे; पण तू जर सतत याचाच विचार करत बसलास, नुसत्याच विचारांच्या कलाबाजींमध्ये अडकलास, तर तो बॉल तुझ्यापर्यंत पोहोचूच शकणार नाही. म्हणून तू स्वतःला बजाव, आधी बॉल तर माझ्याकडे येऊ दे, मग त्याला कसं मारायचं याचा विचार करू..."

चंकीला आपल्या मित्राचं बोलणं नीट समजलं नाही. टीमची निवड करण्याचा दिवस उजाडला. चंकी कॉलेजमध्ये गेला. चंकीबरोबर इतर खेळाडूंनीही आपला खेळ दाखवला. सर्वांची टेस्ट झाल्यांनतर टीममधील खेळाडूंची नावं घोषित करण्यात आली. चंकीचं नाव मात्र त्या लीस्टमध्ये नव्हतं. चंकीला खूप वाईट वाटलं. आता त्याच्या मनात नकारात्मक स्वसंवाद सुरू झाला.

त्याचा निराश चेहरा पाहून एक मित्र त्याच्या जवळ आला आणि त्याच्या खांद्यावर हात ठेवत म्हणाला, "बघ, मी सांगत होतो ना तुला, की तुझ्या स्वप्नांच्या दुनियेतून बाहेर ये आणि थोडा सराव कर म्हणून! तू जर सराव केला असतास तर तुझंही नाव टीममध्ये आलं असतं."

यावर चंकी काहीच बोलला नाही.

"ठीक आहे, जाऊ दे आता. झालं गेलं विसरून जा. आता तू माझ्याबरोबर सराव कर," चंकीचा मित्र समजुतीच्या स्वरात त्याला म्हणाला.

चंकीने त्याची ही गोष्ट मान्य केली आणि त्याच्याबरोबर सराव करणं सुरू

केलं. काही दिवस सतत सराव केल्यानंतर चंकी खेळात खूप तरबेज झाला. आता तो पहिल्यापेक्षा जास्त चांगलं खेळू लागला.

चंकीचा प्रयत्नपूर्वक सराव, त्याचं खेळणं पाहून त्याच्या मित्रालाही आश्चर्य वाटत होतं. चंकी किती छान खेळू शकतो हे त्याला समजलं. तो चंकीजवळ जाऊन म्हणाला, ''चंकी, तुझ्यासाठी एक गुड न्यूज आहे. आपल्या टीमपैकी एक खेळाडू काही कारणामुळे खेळू शकणार नाही. त्याच्याऐवजी कुणा एकाची निवड करायची आहे. आमच्याकडं तीन नावं आहेत, त्यात तुझंही नाव आहे. तू उद्या सकाळी अकरा वाजता ग्राउंडवर ये. मग पाहू या काय होतंय ते!'

चंकीच्या मनात पुन्हा एकदा आशेची पालवी फुटली. सकाळी लवकरच तो ग्राउंडवर पोहोचला. इतर दोन खेळाडूसुद्धा तिथे उपस्थित होते. त्या तिघांपैकी एकाची निश्चित निवड होणार होती. तिघांनी प्रशिक्षकाला (कोचला) आपापल्या परीने खेळून दाखवलं. पण इतर दोघांपेक्षा चंकीचा खेळ अधिक चांगला होता. कोच चंकीवर खूश झाले होते. त्याच्याकडे बघत ते म्हणाले, ''चंकी, आधी काही कारणामुळे आम्ही तुझी निवड करू शकलो नव्हतो; पण आता तुझी निवड पक्की झाली आहे. अभिनंदन!'' चंकीचा चेहरा आनंदाने खुलला होता.

मग इतर दोन मुलांकडे बघत कोच म्हणाले, ''जर खेळताना कोणी जखमी वगैरे झालं तर त्यांच्या जागी खेळायला राखीव म्हणून तुमच्या दोघांचीही निवड झाली आहे.'' त्या दोघांनाही आनंद झाला. इकडे चंकी तर फारच खूश होता. तो ग्राउंडच्या बाजूला असलेल्या बाकावर जाऊन बसला आणि पुन्हा विचारांच्या झुल्यावर झुलू लागला...

आता त्याला डोळ्यांसमोर प्रचंड मोठं ग्राउंड दिसत होतं. मॅच बघण्यासाठी तिथे तुडुंब गर्दी झाली होती आणि लोक मोठमोठ्यानं ओरडत होते. आता ग्राउंडच्या मध्यभागी चंकी स्वतःलाच बघत होता... बॉल आपल्याकडं असा आला आहे... तेवढ्यात कुणी तरी त्याच्याकडं बॉल पास केला. जसा बॉल त्याच्या पायाजवळ आला, तसा जोरात किक मारून त्याने एक गोल केला. असं दोन-तीन वेळा झालं.

आता त्याला दिसत होतं, की लोक उभं राहून 'चंकी चंकी' म्हणून जोरजोरानं ओरडत आहेत. टाळ्या वाजताहेत. कुणी शिट्ट्या वाजवत आहेत, तर कुणी हात वर करून नाचत आहेत. आता चंकीला पुढचं दिसू लागलं, की मॅच संपली आणि चंकीची टीम जिंकली. मग चंकीला स्वतःच्या हातात मोठी ट्रॉफी दिसली. पुन्हा चंकीच्या

चेहऱ्यावर वेगवेगळे भाव दिसू लागले. तो पुन्हा स्वप्नांच्या जगात रमलाय, हे त्याच्या चेहऱ्यावरून स्पष्टच दिसत होतं. त्याचा स्वसंवाद जोरजोराने चालू होता. तो पाहात होता, त्याने त्याच्या हातातील चांदीचा कप उंच धरला होता... आजूबाजूचे लोक तो कप पाहण्यासाठी व पकडण्यासाठी धडपडत होते. कुणी चंकीचा हात ओढत होते. आता चंकीने स्वतःची सुटका करून घेण्यासाठी जोरात हिसका दिला आणि कुणाला तरी धक्का मारला.

प्रत्यक्षात तो धक्का कोचला बसला आणि त्या धक्क्याने ते खाली पडले. चंकीला मात्र त्याचं काहीच भान नव्हतं. आपण कोणाला धक्का मारला, हे त्याला समजलंच नाही. तो त्याच्या स्वप्नातच रममाण झाला होता. कोचला इतका राग आला, की त्यांनी ताबडतोब चंकीचं नाव यादीतून काढून टाकलं. ते रागाने चंकीला बोललेसुद्धा; पण तरीही चंकीला काहीच समजलं नाही. तेवढ्यात त्याचा मित्र धावतच चंकीजवळ आला आणि जोराने त्याला हलवत म्हणाला, "अरे चंकी, जागा हो. तू काय केलंस हे तुला माहीत आहे का? तू कोचला धक्का मारल्यामुळे ते खाली पडले आणि चिडून त्यांनी तुझं नावच यादीतून काढून टाकलं आहे. ऐकलंस का?" असं म्हणत त्याने चंकीला हलवले.

आता चंकीचे डोळे खाडकन उघडले. तो स्वप्नांच्या दुनियेतून वास्तवात आला. त्याला खूप वाईट वाटलं; पण आता इलाजच नव्हता. चंकीचा मित्र त्याच्या जवळ आला आणि त्याचा हात हातात घेत म्हणाला, "मित्रा, आता वाईट वाटून काय उपयोग? मी एक गोष्ट सांगतो ती लक्षात ठेव. कोणतीही गोष्ट अथवा घटना असो, ती घडायच्या आधी स्वतःला सांगायचं, आधी बॉल तर माझ्या जवळ येऊ देत, मग कसा मारायचा ते बघू. आधीच त्या गोष्टीवर विचार करून स्वप्नांच्या जगात वावरायचं नाही. विचारांच्या कलाबाजी सुरू करायच्या नाहीत." चंकीने 'हो' म्हणत मान हलवली.

चंकीलाच नव्हे तर आपल्यालाही असंच करायचं आहे. कोणतीही घटना चांगली असो वा वाईट, त्यावर आधीच विचार करत बसायचं नाही. उदाहरणार्थ, घरातून बाहेर पडल्यावर आपण विचार करतो, 'मला ट्रेन मिळेल की नाही? बस मिळेल की नाही? बस चुकली तर काय होईल? हॉटेलमध्ये जेवायला गेलो तर जेवण चांगलं मिळेल की नाही?' ज्या वेळेस हो किंवा नाही, अशी द्विधा परिस्थिती निर्माण होईल, तेव्हा स्वतःला सांगा, 'घटना तर होऊ देत, बॉल तर समोर येऊ देत, मग बघू या, त्याला कसं मारायचं, त्या घटनेमध्ये कसा प्रतिसाद द्यायचा ते.'

आपण सुरुवातीलाच जेव्हा विचारांमध्ये गुंतत जातो, तेव्हा तिथे न अडकता जी काळजी, माहिती, खबरदारी घ्यावी लागते, ती मात्र नक्की घ्यायची. जसं, बस सुटली तर काय करायचं, याचा विचार आधीच करून ठेवायचा. पण ते विचार जास्त सुरू झाले, स्वकुसंवाद सुरू झाला, तर मात्र लगेच स्वसंवाद करायचा, 'आधी बॉल तर समोर येऊ देत, मग विचार करू कसा मारायचा ते.'

घरातून बाहेर पडलात आणि विचार आला, 'बस नाही मिळाली तर?' तेव्हा स्वतःला सांगा, 'ही बस नाही, तर आणखी बऱ्याच बसेस आहेत, तिथं जाऊन बघू.'

घरातून बाहेर पडताना वाटलं, की आज बॉस ओरडेल, असं करेल, तसं करेल, तर स्वतःशी म्हणा, 'बॉल (बॉस) तर समोर येऊ देत, मग बघूयात तो बॉल पास करायचा, की गोल करायचा! ते तिथं जाऊन ठरवू. आता त्या विचारांमध्ये अजिबात अडकायचं नाही. शेखचिल्ली बनायचं नाही. मात्र आवश्यक ती खबरदारी नक्की घ्यायची. तरीसुद्धा जास्त विचार सुरू झाले, स्वकुसंवाद सुरू झाला, तर लगेच स्वतःला सांगा, 'आधी बॉल तर समोर येऊ देत, मग बघू.'

विनोदावर हसणं ठीक आहे.
स्वतःच्या चुकांवर हसणं चांगलं आहे.
'स्व'ला जाणून ईश्वराच्या लीलेमध्ये हसणं सर्वोत्तम आहे.

स्वसंवाद संदेश
हेही बदलून जाईल

एका गावात रमेशभाई नावाचे एक व्यापारी राहात होते. आयुष्यात खूप कष्ट करून त्यांनी बरंच काही मिळवलं होतं. जीवनात आवश्यक असलेल्या सर्व गोष्टी तर मिळवल्याच होत्या; पण उत्तम जीवन जगण्यासाठी आवश्यक असणारं परिपूर्ण ज्ञानही त्यांच्याजवळ होतं. ते ज्ञान आपल्या मुलांना द्यायची त्यांची इच्छा होती. त्यांची मुलं मात्र त्यांचं कधी ऐकायची, तर कधी नाही. त्यांचं वय झालं, तेव्हा रमेशभाईंनी आपल्या दोन्ही मुलांना काही सांगायचा निर्णय घेतला. एकेदिवशी मोठा मुलगा सोमेश व लहान मुलगा दीपक या दोघांना रमेशभाईंनी बोलावून घेतलं आणि त्यांना म्हणाले, ''मुलांनो, आता माझं वय झालं आहे.

माझ्या आयुष्याचा आता काही भरवसा राहिला नाही. म्हणून माझ्या हयातीतच संपूर्ण संपत्तीची मला वाटणी करायची आहे.'' मुलं शांतपणे सगळं ऐकत होती.

त्यानंतर त्यांनी आपल्या संपत्तीच्या दोन समान वाटण्या केल्या. त्यातील एक हिस्सा मोठा मुलगा सोमेश याला, तर दुसरा हिस्सा लहान मुलगा दीपक याला दिला. मग ते दोघांना म्हणाले, ''आता तुमच्या वाटणीचा हिस्सा तुम्हाला मिळाला आहे. यानंतर तुमचं तुम्हालाच जगायचं आहे.'' दोन्ही मुलांनी आज्ञाधारकपणे आपल्या वडिलांनी दिलेला हिस्सा घेऊन त्यावर काम करायला सुरुवात केली.

त्यानंतर काही दिवसांतच रमेशभाईंचा मृत्यू झाला. वडिलांच्या मृत्यूची बातमी ऐकून दोन्ही मुलं धावतच आली. दोघांना अतिशय दुःख झालं होतं. दोन्ही मुलांनी त्यांच्या वडिलांच्या शरीराचं अंतिम क्रियाकर्म पूर्ण केलं. क्रियाकर्म करून घरी आल्यावर सोमेश आणि दीपकने वडील जिथं झोपायचे, ते अंथरूण साफ करण्यास सुरुवात केली. अंथरूण साफ करता करता उशीखाली त्यांना छोटी लाकडी डबी दिसली. दोघांनी ती लाकडी डबी उघडली. त्यात त्यांना दोन अंगठ्या दिसल्या. दोघांना आश्चर्य वाटलं. त्यातील एक अंगठी सोन्याची, तर दुसरी चांदीची होती. चांदीची अंगठी अगदी साधी होती, याउलट सोन्याच्या अंगठीत अतिशय मौल्यवान असा हिरा जडवलेला होता. हे बघून मोठा भाऊ सोमेश लहान भावाला म्हणाला, ''ही आपल्या वडिलांची शेवटची निशाणी आहे.''

''हो,'' दीपकने लगेच मान डोलावली,

''वडिलांची शेवटची निशाणी, हिरा आपल्याला तोडता येणार नाही. अंगठी आणि हिरा यांची वाटणी कशी करायची? त्यापेक्षा आपण असं करू, यातली एक अंगठी तू ठेव आणि एक अंगठी मी ठेवतो,'' सोमेश म्हणाला. त्यावरही दीपक लगेच 'हो' म्हणाला.

''तू चांदीची अंगठी ठेव, मी सोन्याची अंगठी ठेवतो.'' सोमेशने आपला निर्णय सांगितला. 'ही वेळ वादविवादाची नाही. म्हणून जे होईल त्याला हो म्हटलं पाहिजे,' असा विचार दीपकने केला.

सोमेश हिरा असलेली सोन्याची अंगठी घेऊन गेला, तर दीपक चांदीची अंगठी. पण कित्येक दिवस दीपकच्या मनात विचार येत होते, 'माझे वडील अत्यंत ज्ञानी आणि बुद्धिमान होते. सर्व संपत्तीची त्यांनी समान वाटणी केली. मग स्वतःजवळ मौल्यवान हिऱ्याची अंगठी का ठेवली असेल बरं?' पण त्यापेक्षा जास्त आश्चर्य त्याला याचं

वाटत होतं, की त्या मौल्यवान अंगठीबरोबर एक अत्यंत साधी चांदीची अंगठी का ठेवली असेल?

हातातल्या चांदीच्या अंगठीकडे बघताना राहून-राहून त्याला याच गोष्टीचं आश्चर्य वाटत होतं. या अंगठीमध्ये नक्कीच काही तरी रहस्य दडलेलं असणार, अशा विचारांत अंगठीशी खेळता खेळता दीपककडून त्या अंगठीचा बटणासारखा भाग अचानक दाबला गेला. पाहतो तर काय, ती अंगठी अलगदपणे उघडली. आतमध्ये एक कागद होता. त्याने तो कागद बाहेर काढला, त्यावर चार शब्द लिहिलेले होते. ते शब्द वाचून दीपकला वाटलं, त्याच्या वडिलांनी त्यांच्या संपूर्ण जीवनाचं सार त्या चार शब्दांत मांडलं आहे.

त्या कागदावर वडिलांनी एक संदेश लिहिला होता. तो संदेश होता, 'हेही बदलून जाईल.'

दीपकने तो संदेश पुनःपुन्हा वाचला, त्यावर त्याचं मनन सुरू झालं आणि त्याचा अर्थ त्याला समजू लागला. जीवनात जेव्हा एखादी घटना घडते, तेव्हा ती घटना, ती परिस्थिती कायम तशीच राहात नाही, ती सातत्याने बदलत असते.

हा संदेश मिळाल्यानंतर दीपक चांगल्या किंवा वाईट घटनेमध्ये अडकून न राहता त्यातून लगेच बाहेर येत असे. त्याची समज त्याला सांगायची, 'आज जी परिस्थिती आहे, ती उद्या नसणार. हेही बदलून जाईल.'

त्यानंतर त्याचा स्वसंवाद कधीही नकारात्मक झाला नाही. स्वसंवाद जर नकारात्मक झालाच, तर तो म्हणायचा, 'हेही बदलून जाईल.'

त्यामुळे आपोआपच त्याचा नकारात्मक स्वसंवाद कमी झाला. म्हणून त्याचं वर्तमानही आपोआप चांगलं व्हायला लागलं. मग भविष्यही आपोआप चांगलं व्हायला लागलं. त्याचा व्यवसाय वाढला, वैभवही वाढलं.

सोमेशकडे मात्र हा मंत्र नव्हता. सोमेशचं वैभव, व्यवसाय कमी कमी होत चालला, त्याला उतरती कळा लागली. एक दिवस दुःखी होऊन सोमेश आपल्या छोट्या भावाकडे जाऊन म्हणाला, ''दीपक, वडिलांनी नक्कीच तुला असं काही दिलंय, जे तू मला दिलं नाहीस, त्यामुळे तुझा व्यवसाय वाढत चाललाय आणि मी मात्र होतो तिथंच आहे.''

''दादा, मला माफ करा.'' दीपक नम्रतेने म्हणाला, ''तुम्ही म्हणालात ते बरोबर आहे. वडिलांनी मला अमूल्य असा मंत्र दिलाय, ज्यामुळे माझा व्यवसाय वाढतोय.''

हे ऐकताच सोमेशमध्ये त्याचा स्वसंवाद जोरात सुरू झाला. त्याला वाटलं, ‘वडिलांनी याला जादूचा दिवा तर नाही दिला? अशी कुठली गोष्ट वडिलांनी याला दिली, ज्यामुळे याचा व्यवसाय समृद्ध होतोय? हा खरं बोलतोय की मला फसवतोय? माझ्यापासून काही लपवत तर नाही ना?’ अशा प्रकारे सोमेशच्या अंतर्यामी त्याचा स्वसंवाद जोरजोरात चालला होता.

तेवढ्यात दीपक तो कागद घेऊन आला आणि त्याने तो सोमेशच्या हातात दिला. कागद हातात घेताना सोमेशचे हात थरथरत होते.

पण जसं त्याने वाचलं, ‘हेही बदलून जाईल,’ तसं त्याच्या आत स्वसंवाद सुरू झाला, ‘हा मला फिरवतोय, ठकवतोय. कुठला तरी फालतू कागद माझ्या हातात देतोय आणि वडिलांनी जी मुख्य गोष्ट दिली, ती मात्र लपवून ठेवतोय.’ असा विचार करून त्याने तो कागद फेकून दिला आणि ओरडून म्हणाला, ‘‘दीपक, तू खोटं बोलतोयस. वडिलांनी तुला आणखी काहीतरी दिलं आहे, जे तू माझ्यापासून लपवत आहेस.’’

‘‘दादा, हाच तो मंत्र आहे, जो मला वडिलांनी दिला होता,’’ दीपक हात जोडून शांतपणे म्हणाला. पण सोमेश अजिबात ऐकण्याच्या मन:स्थितीत नव्हता. त्याच्या आत नकारात्मक स्वसंवाद जोरात चालला होता. त्यामुळे रागाने लाल-पिवळा होत, शिव्या देतच तो तिथून बाहेर पडला.

आपल्या सोबतही कित्येक वेळेस असंच घडतं. आपल्या समोर कित्येक ज्ञानपूर्ण संदेश येतात; परंतु ते समजण्यापूर्वीच आपला नकारात्मक स्वसंवाद सुरू होतो. आपण ते संदेश बाजूला सारतो. आजपासून मात्र हा अंगठीचा संदेश, मंत्र आपण कायम लक्षात ठेवायचा आहे. जीवनात कुठलीही चांगली घटना घडो किंवा वाईट, प्रत्येक घटनेनंतर आपला स्वसंवाद असाच पाहिजे, ‘हेही बदलून जाईल.’ हे वाक्य आपल्यासाठी स्वसंवादाची जादू बनेल. जसा हा स्वसंवाद सुरू होईल, तसा नकारात्मक स्वसंवाद बंद होईल. जीवनातल्या प्रत्येक चढ-उतारावर हा स्वसंवाद, हा संदेश आपल्याला उपयोगी ठरेल, हे निश्चित.

स्वतःला दुष्कर्मातून वाचवणं ठीक आहे,
आपली कर्मं सुकर्म बनवणं चांगलं आहे.
सुकार्य अकर्ता होऊन समर्पित करणं सर्वोत्तम आहे.

भाग ४

योग्य स्वसंवादाने घटनेचं योग्य मूल्यमापन

मॅचबॉक्स व्हॅल्यू

साधारण चार वर्षांपूर्वीची ही गोष्ट आहे. राजेश नावाचा एक युवक मला भेटायला आला होता. जेव्हा तो आला तेव्हा त्याचा चेहरा अगदी प्रसन्न दिसत होता.

''राजेश, कसं काय येणं केलंत?'' हा प्रश्न विचारताच त्याच्या चेहऱ्यावरचे भाव बदलून तो त्रस्त आणि दुःखी दिसू लागला.

''सरश्री, काय सांगू? माझी समस्या छोटी की मोठी हे मला समजत नाहीये, मात्र या समस्येमुळे माझ्या मनात विचारांचं वादळ उठलं आहे. एक अशी घटना माझ्या बाबतीत घडली आहे, जी माझ्या मनातून काही केल्या जातच

नाहीये. आता तुम्हीच मला सांगा, मी काय करू?" राजेश व्याकूळतेने म्हणाला.

"राजेश, आधी तुमची समस्या सविस्तर मला सांगा. कारण, समस्या जर योग्य प्रकारे मांडली गेली, तर ती निश्चितच सुटू शकते, तणाव कमी होऊ शकतो."

"सरश्री, दोन महिन्यांपूर्वीची ही गोष्ट आहे, मी माझ्या ऑफिसच्या एका पार्टीला गेलो होतो. सगळं ऑफिस पार्टीसाठी जमलं होतं. रात्री नऊची वेळ होती, पूर्ण जल्लोषात पार्टी चालू होती. सगळ्यांच्या गप्पा-टप्पा, हास्याचे फवारे उडत होते. त्यावेळी हातात जेवणाची भरलेली प्लेट घेऊन मी त्या गार्डनमधील पार्टीत फिरत होतो. अचानक काही कळायच्या आतच माझा पाय घसरून मी पडलो. तसं मला काही झालं नाही, पण माझ्या हातात जी खाण्याची प्लेट होती, ती मात्र माझ्या कपड्यांवर पडली. मी जेव्हा उठण्याचा प्रयत्न केला, तेव्हा मला समजलं, की माझा एक हात खरकट्या प्लेट्सवर होता. गार्डनमधील पाणी आणि चिखल माझ्या कपड्यांना लागला होता. माझा सगळ्यात महाग सूट खराब झाला होता." निराश अवस्थेत राजेश बोलत होता.

हे सांगत असताना राजेशच्या चेहऱ्यावर त्रासाबरोबरच डोळ्यांत थोडासा रागही दिसून येत होता. राजेश पुढे सांगू लागला, "मी स्वतःला सांभाळत उठण्याचा प्रयत्न करत असताना परत माझा पाय घसरला आणि दुसऱ्यांदा मी त्या बागेतील गवतावर घसरून पडलो. पडल्यावर बाजूला उभ्या असलेल्या सगळ्या मुली पोट धरधरून माझ्यावर हसू लागल्या. त्यांचं हसणं बघून आजूबाजूचे लोकही हसायला लागले. तेवढ्यात एक वेटर तिथं आला आणि त्याने हात देऊन मला उठवलं. मी बाहेर आलो, तर कंपनीतील काही मुलं-मुली 'अरे राजेश, तू असा कसा पडलास?' असं म्हणून मला हसू लागली. 'स्वतःला सांभाळता येत नाही, तर एवढी पिण्याची काय आवश्यकता होती?' कोणीतरी जोरात बोललं. 'फुकटात मिळाली म्हणून एवढी प्यायची नसते,' अशाप्रकारे टोमणे मारून सगळे लोक जोरजोरात हसत होते." बोलता बोलता राजेशच्या डोळ्यांतून पाणी वाहू लागलं. आता त्याच्या शब्दांमध्ये रागही दिसत होता.

"सरश्री, मी कधीच दारू पीत नाही आणि त्या दिवशीसुद्धा प्यायलो नव्हतो. माझ्या जागी दुसरं कोणी असतं तर तोसुद्धा तेथील निसरड्या जागेवर पडला असता. त्या दिवशी सगळ्यांनीच माझी खूप चेष्टा केली, मला टार्गेट बनवलं. त्या घटनेनंतर बरेच दिवस ऑफिसमधील लोक मला टोमणे मारत होते, 'काय रे, फुकटात मिळाली म्हणून इतकी घ्यायची का?' मी त्यांना सांगत होतो, 'मी दारू पीत नाही आणि त्या दिवशीही

प्यायलो नव्हतो,' तरीसुद्धा कोणी ऐकायलाच तयार नव्हतं. आजही माझ्या मनातून हे विचार जात नाहीत. सतत हेच विचार मनात येतात, त्यांनी मला अपमानित का केलं? मला खाली बघायला का लावलं? तुम्हीच मला सांगा, अशा वेळी मी काय करायला हवं?'' हात जोडून राजेश विनंती करत होता.

काही वेळ वातावरण पूर्णपणे शांत होतं, त्यामुळे काही प्रमाणात राजेश स्वतःला सावरू शकला.

''राजेश, समजा मी तुम्हाला सांगितलं, की इथून बाहेर पडल्यावर आजूबाजूला वेगवेगळी दुकानं आहेत, त्या दुकानांत जाऊन तुम्हाला काही वस्तू विकत आणायच्या आहेत, तर जाणार का?''

''हो हो, लगेच जातो.'' अगदी सहजतेने राजेश उत्तरला.

''असं समजा, की तुम्ही काडेपेटी आणायलाच गेला आहात. ज्या दुकानात तुम्ही जाता, त्या दुकानाच्या मालकाने त्या काडेपेटीची किंमत दोन रुपये सांगितली आणि बाजूच्या दुकानात तीच काडेपेटी पन्नास पैशांत मिळत असेल, तर तुम्ही दोन रुपयांची काडेपेटी विकत घेणार का?''

''नाही, नक्कीच घेणार नाही.''

''का नाही घेणार?'' मी त्याला विचारलं.

''कारण, ती काडेपेटी जास्त महाग आहे आणि बाजूलाच रास्त किमतीमध्ये ती मिळत आहे.'' बोलताना त्याच्या चेहऱ्यावर किती साधारण प्रश्न विचारला आहे, असे भाव होते.

''ठीक आहे, त्या दुकानदाराने जर सांगितलं, की दोन रुपयांना नाही, दीड रुपयाला देतो, तर तुम्ही घ्याल का?''

''नाही, का घेऊ? जास्त पैसे मी का देऊ? जेवढी त्या काडेपेटीची किंमत आहे, तेवढीच दिली पाहिजे,'' राजेश घाईघाईने उत्तरला. यावर माझं हसणं ऐकून राजेश आश्चर्यचकित झाला आणि म्हणाला, ''सरश्री, मला समजलं नाही.''

''बघा राजेश, एका काडेपेटीसाठी तुम्ही त्याच्या किमतीपेक्षा जास्त पैसे देण्यास तयार नाहीत, कारण त्याची जेवढी किंमत आहे, तेवढीच तुम्ही देऊ इच्छिता.

त्याचप्रमाणे, आपल्या जीवनात किती तरी घटना घडून गेल्या आहेत आणि घडत आहेत, त्यांना किती किंमत दिली पाहिजे आणि आपण किती किंमत देत आहोत?''

हे सर्व ऐकून राजेशचे डोळे विस्फारले. तो आऽ करून माझ्याकडे बघू लागला.

''राजेश, कोणीही तुम्हाला काही टोमणे मारले किंवा अशी काही घटना घडली, तर तुम्ही स्वतःला विचारा, 'मी या घटनेला किती किंमत देणार आहे?' किंमत याचा अर्थ त्या घटनेसाठी किती वेळ दुःख करणार? किती दिवस त्याच्यावर विचार करणार? आधी हे पक्कं करा, की त्या घटनेची किंमत किती? किती दिवस वाईट वाटून घ्यायचं? एक दिवस, दोन दिवस, आठ दिवस, एक वर्ष की पन्नास वर्षं? तुम्ही किती दिवसांची किंमत त्या घटनेला देणार आहात? जेवढी किंमत असेल तेवढीच द्यायला पाहिजे. ज्याप्रमाणे एका काडेपेटीसाठी गरजेपेक्षा जास्त पैसे देण्यास तुम्ही तयार नाहीत, त्याचप्रमाणे त्या घटनेलाही जास्त किंमत देऊ नका. जर तुम्हाला असं वाटत असेल, की त्या घटनेची किंमत म्हणजे दोन दिवस दुःखी राहणं असेल, तर दोनच दिवस दुःखी राहा, हवं तर रडा. मात्र, त्यानंतर एक क्षणही रडण्यात वाया घालवायचा नाही. काडेपेटीप्रमाणेच त्या घटनेची किंमत आपल्याला निर्धारित करायला हवी. जर त्या घटनेची किंमत 'दोन दिवस दुःखी राहणं' एवढीच असेल, तर तेवढीच द्या. पण दोन दिवसांपेक्षा जास्त नाही. ऑफिसमधील मुली, लोक आणि घडलेली घटना याबाबत तुमच्या आत जो चुकीचा स्वसंवाद चालू आहे, तो किती दिवस चालला पाहिजे? किती दिवस त्यांचं दुःख करणार?''

आता राजेशच्या डोळ्यांत समज प्रगल्भ झाल्याची चमक दिसत होती.

''सरश्री, आता मी त्या घटनेचा एक क्षणसुद्धा विचार करणार नाही, कारण आधीच मी त्या घटनेला खूप जास्त किंमत दिली आहे. सरश्री, आता मला समजलंय, की त्या घटनेला एक दिवसापेक्षा जास्त किंमत द्यायला नको होती. पण मी तर वेड्यासारखा किती तरी वेळ विचार करत बसलो. मी स्वतःला बिझनेसमन समजतो, व्यावहारिक समजतो आणि अशाप्रकारे अविचाराने व्यवहार करत होतो.'' निश्चयी स्वरात राजेश म्हणाला.

यानंतर मात्र राजेशने प्रत्येक घटनेला किती किंमत दिली पाहिजे, यावर मनन केलं. मग ज्या गोष्टीची जेवढी किंमत आहे, तेवढीच किंमत तो देऊ लागला.

आपल्या जीवनातही अशा अनेक घटना घडत असतात. आपल्या हातून चुकाही होत असतात. जगात असा कोण आहे, ज्याच्याकडून चुका होत नाहीत? चांगल्या चांगल्या लोकांकडूनही चुका होतात. चुका झाल्याने आपल्या आतमध्ये स्वसंवाद सुरू होतो. यासाठी कधी आपण स्वतःला, तर कधी समोरच्याला जबाबदार समजून दोष देत राहतो. त्यामुळे आपलं मानसिक संतुलन बिघडत जातं. राग आणि चिडचीड केल्याने आपलं मन अस्वस्थ होतं. म्हणून जी घटना तुम्हाला अस्वस्थ करत असेल, त्या बाबतीत स्वतःला विचारा, 'जी घटना घडली, त्याची किंमत किती आहे? आणि आपण असं किती दिवस रडत बसायचं?'

काडेपेटीची (घटनेची) जेवढी किंमत आहे, तेवढीच किंमत आपण त्या घटनेला दिली पाहिजे, त्यासाठी 'मॅचबॉक्स व्हॅल्यू' हा शब्द नेहमी लक्षात ठेवला पाहिजे. जेव्हा एखादी घटना घडेल, तेव्हा विचारायचं, 'याची मॅचबॉक्स व्हॅल्यू किती? किती दिवस दुःख करायचं? नकारात्मक घटनांसाठी किती दिवस रडायचं?'

त्याचप्रमाणे, एखादी चांगली घटना घडली, जसं- एखादं बक्षीस मिळालं, किंवा कोणी आपली प्रशंसा केली, तर आपल्याला खूप आनंद होतो. ही चांगली गोष्ट आहे; पण आपण भावनांमध्ये वाहत जातो. मग हाच क्षणिक आनंद आपल्या विकासामध्ये अडथळा बनतो. अशा वेळीही आपण स्वतःला सांगायचं, 'घटना तर चांगली आहे, पण किती दिवस मी या खोट्या, क्षणभंगुर आनंदात राहणं योग्य आहे? दोन दिवस, एक दिवस, आठ दिवस की एक वर्ष? याची मॅचबॉक्स व्हॅल्यू किती?' अशा प्रकारचा खोटा आनंद काही वेळेनंतर आपोआप नष्ट होतो. जेवढा आवश्यक आहे तेवढा आनंद जरूर उपभोगा, पण त्यानंतर लगेच कामाला सुरुवात करा. त्या स्वसंवादाला तिथंच थांबवलं पाहिजे.

अनेक वेळा लोक एखादं छोटं यश मिळवतात आणि आयुष्यभर त्याच गोष्टीचा डांगोरा पिटत राहतात, स्वतःचा अहंकार वाढवतात. यश मिळाल्यावर आनंदी होणं, दुसऱ्यांना त्याविषयी सांगणं ही चांगली गोष्ट आहे. आपण चांगलं काम केलं, तर त्याचा आनंद झालाच पाहिजे; पण त्याचबरोबर पुढे काम करण्यासाठी या गोष्टीचा अहंकारयुक्त स्वसंवाद थांबवलाही पाहिजे. जर त्या स्वसंवादाला थांबवायचं असेल, तर त्याची 'मॅचबॉक्स व्हॅल्यू' ठरवली पाहिजे. कोणत्याही घटनेची जेवढी किंमत आहे, तेवढीच दिली पाहिजे, त्यापेक्षा एक क्षणभरही जास्त नाही. यामुळे आपण वर्तमानकाळाच्या

समीप येऊन उद्यासाठी नवीन काम करायला सुरुवात कराल. मॅचबॉक्स व्हॅल्यू निर्धारित केल्यावर आपण भूत-भविष्यातून बाहेर पडून वर्तमानात याल. शिवाय, आपला जो उद्देश आहे, त्यानुसारच कामाला सुरुवात कराल. नाही तर लोक भूतकाळ आणि भविष्यकाळाच्या स्वसंवादातच झुलत राहतात. यातून बाहेर पडण्यासाठी आपल्याला मॅचबॉक्स व्हॅल्यूचा उपयोग केला पाहिजे. आपला रिमोट कंट्रोल आपल्या हातात ठेवला पाहिजे.

आपण भूत-भविष्यात अडकत नसाल, तर ठीक आहे.
आपण नेहमी वर्तमानात राहात असाल, तर चांगलं आहे.
पण जर आपण समाधि (समयादि) अवस्थेत
जगत असाल, तर ते सर्वोत्तम आहे.

खंड
३

जीवनाच्या विविध क्षेत्रांत स्वसंवादाची जादू कशी काम करेल

आपण आपल्या
दुःखाची जबाबदारी स्वीकारतो,
तेव्हा इतरांविषयी
तक्रार करणं बंद करतो.
आपण स्वतःला
दुःखी होऊ देतो,
तर स्वतःला
आनंदीही ठेवता यायला हवं.
अशा प्रकारे एक प्रगल्भ
समज जन्म घेते.

भाग १

स्वसंवाद आणि संपूर्ण स्वास्थ्य
स्वसंवादाने रोगनिवारण

आपल्या स्वसंवादाचा आपल्या शरीरावर आणि मनावर खूप खोलवर प्रभाव पडत असतो, ही गोष्ट सर्वांना माहीत नसल्याने बऱ्याच वेळा अजाणतेपणाने नकारात्मक स्वसंवाद चालू असतात. त्या स्वसंवादाचा आपण पुनरुच्चार केला, तर त्याचं रूपांतर विश्वासात होत असतं. हा विश्वास नकारात्मक परिणाम घडवून आणतो.

तुम्ही रोज 'मी स्वस्थ आहे, मी स्वास्थ्य आहे' असं पुनःपुन्हा म्हटलं, तर तुमच्या अंतर्मनाला, अचेतन मनाला विश्वास वाटेल. अचेतन मन जेव्हा एखादी गोष्ट मानून बसतं, तेव्हा तशाच गोष्टी आपल्या आयुष्यात घडू लागतात, आकर्षित होतात. अचेतन मनाचा हा गुण जर

तुम्हाला समजला, तर तुमच्या जीवनात आरोग्य, प्रेम, धन, आनंद आणि संतोष सहजतेने प्रवेश करेल. अचेतन मन आपल्या जुन्या वैचारिक ढाच्यानुसार कार्य करतं. जोपर्यंत तुम्ही त्याला नवीन वैचारिक ढाचा देत नाही, तोपर्यंत जुना ढाचा तुटत नाही. म्हणून आजच आपला नवीन वैचारिक ढाचा तयार करू या, ज्यामध्ये प्रेम, स्वास्थ्य, वेळ, आनंद भरपूर असेल.

त्यासाठी या नवीन सकारात्मक वैचारिक ढाच्याचा (पॅटर्न) रोज पुनरुच्चार करणं आवश्यक आहे. अगदी शेकडो वेळा, जोपर्यंत तुमच्या अंतर्मनाचा त्यावर पूर्ण विश्वास बसत नाही. अचेतन मनामध्ये एखादी गोष्ट बिंबवायची असेल, तर त्यासाठी युक्ती आहे, पुनरावृत्ती (रिपिटेशन). हीच पुनरावृत्ती जुनं प्रोग्रॅमिंग नष्ट करते. नवीन, तेज, ताजं बनण्यासाठी या सूत्राचा भरपूर लाभ घेणं आवश्यक आहे. सकारात्मक शब्दांची निवड करून, सहजतेनं आणि प्रेमानं त्यांचा पुनरुच्चार करा. काही वाक्यं तर पाठच करून ठेवा, जेणेकरून तुमच्या बाह्यमनाला न जाणवतादेखील तुम्ही अंतर्मनात प्रवेश करू शकाल.

हा स्वसंवाद स्वतःच्या शरीराला रिलॅक्स करून, खुर्चीवर बसून, झोपून, लय व तालात करता येईल. जेव्हा शरीर आराम करत असतं, तेव्हा अशा स्वसंवादाचा परिणाम दहापट वाढतो. शक्य असेल तर नवीन वैचारिक स्वसंवादाला कवितेचं रूप द्या. म्हणजे वेळ मिळेल तेव्हा ही कविता गुणगुणता येईल. अचेतन मनापर्यंत पोहोचण्यासाठी ताल आणि संगीत हा अधिक योग्य मार्ग आहे.

शरीर जेव्हा आजारी असतं, तेव्हा मन नकारात्मक स्वसंवाद करतं. लहानसहान गोष्टींत चिडचीड, लगेच वैतागणं सुरू होतं. हे नकारात्मक स्वसंवाद शरीर निरोगी बनवण्यामध्ये अडथळे निर्माण करतात. खरंतर आपणहून स्वतःला कसं ठीक करायचं याचं ज्ञान आपल्या शरीरात असतंच. मात्र शरीराच्या या ज्ञान वापरण्याच्या प्रक्रियेत नकारात्मक स्वसंवाद अडथळा निर्माण करतो.

जसे शरीराचे अनेक रोग आहेत, तसेच क्रोध, अहंकार, भय, चिंता, द्वेष, लालूच हे मनाचे रोग आहेत, मनाचे आजार आहेत. या मनाच्या आजारांमुळेच मनुष्याला भोजन नीट पचत नाही. असे मानसिक आजार, जे आपण इतरांपासून लपवतो, ते आपलीच हानी करतात. अहंकार गुडघ्यांचा त्रास, तर कपटवृत्ती गळा आणि श्वास अशा व्याधी, आजार उत्पन्न करतात. जे लोक हट्टी असतात, त्यांना पोटाच्या तक्रारी निर्माण होतात. स्वतःचाच मुद्दा पकडून राहणारे, त्यावर अडून राहणारे लोक स्वतःमधील कचऱ्यासही

बाहेर जाऊ देत नाहीत. स्वतःला स्वीकारार्ह आणि सुरक्षित केल्याने असे अनेक आजार पूर्णपणे नष्ट होतात. म्हणून प्रत्येक दिवशी 'मी जसा आहे तसा स्वतःचा स्वीकार करतो,' असा स्वसंवाद स्वतःशी करा.

ज्या विचारांच्या प्रकट होण्याने माणसाच्या आत्मसन्मानास ठेच लागते, त्या विचारांमुळे शरीर रोगग्रस्त बनतं, अशक्त बनतं. असे स्वसंवाद आजार वाढविण्यासाठी प्रभावी भूमिका पार पाडतात. जास्त रागावणं, चिडणं हे लिव्हर आणि पित्ताशय खराब करतात. भीतीमुळे किडनी, मूत्राशयास हानी पोहोचते. तणाव आणि चिंता स्वादुपिंड खराब करतात. अधिरता आणि क्षणिक आवेग यामुळे हृदय आणि लहान आतडे यांना इजा पोहोचते. तसेच, दुःख दाबून ठेवल्याने फुफ्फुसं आणि मोठे आतडे यांची कार्यक्षमता कमी होते.

मनाच्या चुकीच्या स्वसंवादामुळे त्रस्त लोकांना कोणालाही काही द्यायची इच्छा होत नाही. त्यांच्या या कंजूषपणाच्या सवयीमुळे त्यांची आतडी मलविसर्जनात, त्वचा घाम बाहेर सोडताना व फुफ्फुसं पूर्ण श्वास सोडताना त्रास देतात.

त्यासाठी आपण अशुभ विचारांनी नव्हे, तर शुभ विचारांद्वारेच आपल्या तब्येतीची काळजी घेऊ शकतो. म्हणून तणावाचं कारण वेळेवर शोधून त्याचा स्वीकार करायला हवा. कारण वेळेचं नियंत्रण आपल्याकडे वर्तमानातच आहे. याबाबत इतरांकडून अपेक्षा बाळगता कामा नये. अपमान झाल्यावरही मन छोटं करता कामा नये. लहानपणी झालेल्या अपमानामुळे, दुर्घटनेमुळे लोक संकुचित होऊन जगतात, आक्रसतात. त्यामुळे त्यांच्या शरीराचा विकास पूर्ण होत नाही. असे लोक जबाबदारी घेताना कचरतात. अशांना खांद्यांचे व पायांचे आजार होण्याची शक्यता असते. कारण, पायांनी आपण पुढे जातो आणि खांद्यांनी जबाबदारी उचलतो. आपल्या बाबतीत जर लहानपणी अशा गोष्टी घडल्या असतील, तर तुमचा स्वसंवाद पुढीलप्रमाणे असावा.

'आता मी पुढे जाण्यास तयार आहे, कारण दिव्य योजनेवर माझा पूर्ण विश्वास आहे. आता मी नवीन जबाबदारी घेऊ शकेन, ज्यासाठी निसर्ग मला साहस देईल. मी समृद्ध आणि सुरक्षित बनत चाललोय.' नकारात्मक स्वसंवाद आजारांना आमंत्रण देतो, ज्याचे दुष्परिणाम शरीराला भोगायला लागतात. म्हणून सकारात्मक स्वसंवादाचंच पुनरुच्चारण व्हायला हवं.

चांगल्या स्वसंवादांना योग्य प्रकारे दिशा दिल्यास त्याची ताकद आपल्या लक्षात येईल आणि सर्व आजार दूर पळतील. सकारात्मक स्वसंवादातून आत्मसूचना

देऊन उत्तम आरोग्य प्राप्त करता येतं. कोणताही आजार झाल्यास त्यावर औषधोपचार केलेच पाहिजेत; पण त्याच वेळी स्वसंवादही चांगला ठेवला, तर आजार लवकर बरा होईल. अशा वेळी स्वसंवाद कसा करायचा? तर स्वतःला अशा सूचना द्यायच्या, 'स्वसंवादाची जादू काय असते, हे मला पूर्णपणे माहीत आहे, त्यामुळे मी आता पूर्ण बरा होतोय. माझा सर्व त्रास कमी झाला आहे. मला खूप उत्साह वाटतोय. कारण माझ्या दिव्य योजनेनुसार सगळं काही चांगलंच होणार आहे आणि तसंच होत आहे.'

पूर्ण विश्वासाने आणि प्रेमाने अशा प्रकारच्या आत्मसूचना सतत स्वतःला दिल्या, तर त्याचा योग्य प्रभाव नक्कीच पडतो.

याशिवाय काही वैशिष्ट्यपूर्ण आणि अतिशय परिणामकारक स्वसंवाद दिले आहेत. त्या स्वसंवादांचीही सतत पुनरावृत्ती करून तुम्ही स्वतःवर काम करू शकता.

'In every minute, in every way my Body Mind is getting better and better.'

- 'प्रत्येक दिवशी आणि प्रत्येक क्षणी सर्वांगाने (सर्व बाजूंनी) माझं तन-मन (शरीर) चांगलं होत आहे, स्वस्थ होत आहे.'

'I am God's property. No disease can harm (touch) me.'

'मी ईश्वराची दौलत, संपत्ती असल्यामुळे कोणताही आजार, रोग माझं नुकसान करू शकत नाही, कोणत्याही रोगाचा माझ्यावर परिणाम होत नाही.'

अशा प्रकारचे स्वसंवाद तुमच्यात सकारात्मक बदल घडवतील. पण त्याचबरोबर आपल्याला झालेला आजार हा नक्की कशामुळे झालाय, हेसुद्धा जाणून घेण्याचा प्रयत्न करा. आपल्या कोणत्या सवयींमुळे किंवा कोणत्या गोष्टी टाळल्याने हा आजार झालाय हे समजून घ्या. बऱ्याच वेळा आपल्याला वेळी-अवेळी खाणं, छोटी-मोठी वाईट व्यसनं, वेळेवर पूर्ण झोप न घेणं, ताकद वाढवण्यासाठी व्यायाम न करणं अशा अनेक सवयी असतात. त्यांचा घातक परिणाम शरीरावर तर होतच असतो. तुम्हाला जर अशा प्रकारच्या काही वाईट सवयी असतील, तर त्या स्वीकारून बदलण्याचा प्रयत्न करा. त्यासाठी स्वतःला विचारा, 'माझ्यामध्ये अशा नक्की कोणत्या सवयी आहेत, असा कोणता स्वसंवाद चालतो, ज्यामुळे मला असे आजार उद्भवतात?' त्यासाठी आपले चुकीचे विचार किंवा चुकीचा स्वसंवाद कारणीभूत आहे, हे आपल्या लक्षात येईल. मग पुढे दिलेला स्वसंवाद उच्चारून त्यावर काम करा :

'ज्या चुकीच्या विचारांमुळे, चुकीच्या विश्वासामुळे मला हा आजार झाला आहे, तो चुकीचा विचार मी माझ्या अंतर्मनातून काढून टाकला आहे. आता मी पूर्णपणे मुक्त आहे, स्वतंत्र आहे, मी खूप आनंदात, उत्साहात आहे. मीच आनंद आहे.'

अशा प्रकारचा नवीन विचारांचा, शुभ विचारांचा स्वसंवाद सतत आपल्या मनात करा. आपण पूर्णपणे रोगमुक्त झाल्याची घोषणा करा. तुम्हाला जर तुमच्या मनावर, शरीरावर अधिक चांगल्या प्रकारे काम करायचं असेल, तर एक खूप सोपा आणि छान प्रयोग तुम्ही करून बघा. एका कॅसेटमध्ये अशा प्रकारचे स्वसंवाद आपल्याच आवाजात रेकॉर्ड करा आणि ती रेकॉर्ड केलेली कॅसेट सकाळ, दुपार, संध्याकाळ जेव्हा वेळ असेल, त्या त्या वेळी ऐका. ती टेप ऐकताना शक्यतो तुम्ही 'शवासना'च्या अवस्थेत झोपून ऐका. शवासन हे खूप महत्त्वाचं आसन आहे. शरीराला शिथिलता आणण्यास शवासनाचा फार लाभ होतो. हे आसन केल्याने केवळ शरीरालाच नाही, तर मनाला आणि विचारांनाही पूर्ण आराम मिळतो.

अशा प्रकारे स्वसंवादाची कॅसेट तयार करताना पुढीलप्रमाणे स्वसंवाद टेप करू शकता :

'मी माझ्या नकारात्मक स्वसंवादातून पूर्णपणे मुक्त झालो आहे. मी अतिशय शांत आणि समाधानी आहे. माझं जीवन पूर्णपणे सुरक्षित व समृद्ध आहे. माझ्यात असलेल्या आनंदाची मला जाणीव होत आहे. मी स्वतःवर खूप प्रेम करतो, त्यामुळे मी स्वतःला आहे तसं स्वीकारलं आहे. माझ्या जीवनातील प्रत्येक काम योग्य तऱ्हेने पूर्ण होत आहे. मी नेहमी वर्तमानातच राहून प्रत्येक काम करतो. माझ्या जीवनात शांती, समाधान, आनंद आणि संपन्नता आहे. मी आणि माझे विचार नेहमी प्रसन्न असतात. मी चैतन्य आहे, मी संपूर्ण आहे.'

अशा प्रकारचा सुंदर, शुभ विचारांनी परिपूर्ण स्वसंवाद एका कॅसेटमध्ये रेकॉर्ड करून आपल्याला वेळ असेल तेव्हा किंवा रोज रात्री झोपताना आपण ऐकू शकतो. वर सांगितल्याप्रमाणे शक्यतो 'शवासना'च्या अवस्थेत ऐकल्याने त्याचा सखोल परिणाम होईल. शवासन कसं करावं याबाबत पुढे त्याचे प्रकार दिले आहेत :

१) पाठीवर उताणं झोपावं.

२) साधारणत: दोन्ही पायांमध्ये १२ ते १८ इंच इतकं अंतर असावं, तर हात शरीरापासून ८ ते १२ इंच दूर ठेवावेत.

३) शरीराला पूर्ण रिलॅक्स (शिथिल) करावं.

४) शक्य असेल त्याप्रमाणे डोकं डावीकडे-उजवीकडे ठेवावं.

५) डोळे बंद करून शांत व्हावं. हळूहळू स्वतःला आत्मसूचना देऊन शरीर पूर्ण सैल सोडावं. प्रत्येक अवयवाला पूर्णपणे रिलॅक्स करावं.

६) श्वासावर मन एकाग्र करण्याचा प्रयत्न करावा. जेवढं सहजपणे करता येईल, तेवढंच करण्याचा प्रयत्न करावा.

७) साधारणतः १५ ते २० मिनिटं शवासन अवस्थेत राहण्याचा प्रयत्न करावा. शक्यतो झोप लागणार नाही याची काळजी घ्यावी.

शवासन म्हणजेच संपूर्ण शरीराला, मनाला आराम देण्याची कला आहे. हे आसन नियमित केल्यास शरीर आणि मन - दोन्ही शांत राहतात. त्यामुळे रक्तप्रवाह चांगल्या प्रकारे सुरू राहतो. ज्या लोकांना हृदयविकार, रक्तदाब, शारीरिक आजार किंवा मानसिक ताण असतो, त्यांनी नियमितपणे या आसनाचा लाभ घ्यावा. अशा प्रकारे शवासनाद्वारे स्वसंवाद अंतर्मनापर्यंत पोहोचवणं, हा एक उत्तम प्रकार आहे. याशिवाय आणखी एका पद्धतीचा वापर तुम्ही करू शकता. एखादा चांगला, दृढ, सकारात्मक स्वसंवाद ठरवून तो वहीत १० ते २० वेळा मोठ्यानं बोलत लिहून काढा. मग लिहिल्यावर तेवढ्याच वेळा परत वाचा. त्यामुळे कळत-नकळत त्या स्वसंवादाचे परिणाम आपल्या तन-मनावर होतील. कधी कधी तर आपण कल्पनाही करू शकणार नाही, अशा आश्चर्यकारक गोष्टी आपल्याबाबतीत घडतील.

अशा प्रकारे चांगलं आरोग्य, सुदृढ शरीर, निरोगी जीवन प्राप्त करण्याचे आणि शरीरासह मनालाही शांत, स्वस्थ ठेवण्याचे अनेक उपाय आपण यात बघितले. यावर जेवढ्या दृढ विश्वासाने निरंतर काम कराल, तेवढे लवकर त्याचे परिणाम तुम्हाला मिळतील. आपल्या वाईट सवयी, जुन्या वृत्ती, चुकीचे संस्कार अशा अनेक गोष्टींपासून मुक्त होऊन तुम्ही चांगल्या स्वसंवादाच्या जोरावर तुमची आध्यात्मिक प्रगतीही योग्य प्रकारे करू शकाल. म्हणून आजपासूनच आपल्या अंतर्मनाला चांगल्या, प्रभावी विचारांच्या आत्मसूचना द्या आणि मिळवा 'सशक्त, संपूर्ण स्वास्थ्य.'

शरीर नेहमी स्वस्थ राहणं योग्य आहे.
मन स्वस्थ राहणं चांगलं आहे.
सेल्फ, स्वमध्ये स्थापित होणं उत्तम आहे.

भाग २

स्वतःचा रिमोट कंट्रोल कसा प्राप्त कराल

जिंका दोन वेळा

तुम्हाला जर विचारलं, की आपल्या जीवनात ध्येय असणं जरुरीचं आहे का? तर यावर तुमचं उत्तर काय असेल?

'हो, नक्कीच! जीवनात ध्येय, लक्ष्य असणं फार आवश्यक आहे,' असंच असेल ना?

मग आता प्रश्न हा आहे, की आपल्यासमोर जीवनाचं ध्येय आहे का? 'आपल्या आयुष्याच्या शेवटी असं काय प्राप्त झालेलं असेल, ज्यामुळे आयुष्याचं सार्थक झालं असं आपल्याला वाटेल?' मनन करण्यायोग्य हा प्रश्न आहे.

चला, आपण 'आयुष्याच्या शेवटी काय झालं पाहिजे, हा विषय बाजूला ठेवून, कमीत कमी येणाऱ्या सात-आठ महिन्यांत, वर्षभरात

काय करायचं, काय मिळवायचं, एवढा तरी कमीत कमी विचार करू या. ज्यामुळे माझं जीवन सफल होईल, जीवनाला उद्दिष्ट मिळेल. कारण जीवनामध्ये ध्येयच नसेल, तर मग यश कसं मिळेल?'

आयुष्य सगळ्यांनाच मिळालं आहे; परंतु काही जणच आपल्या जीवनात खरं लक्ष्य प्राप्त करू शकतात.

समजा, तुम्हाला सांगितलं, की जगातील सगळ्यात उत्कृष्ट गोलंदाजाला बोलावून घ्या आणि त्याला गोलंदाजी करायला सांगा. तेव्हा वीस मिनिटांत तो गोलंदाजी करणं बंद करेल आणि वैतागून निघून जाईल. अगदी फलंदाजीला तुम्ही स्वतः गेलात तरी! किंवा क्षेत्ररक्षणाला कोणालाही बोलवलं तरी.

'हे कसं शक्य आहे?' असं तुम्ही म्हणाल. पण ते नक्कीच शक्य आहे. त्या गोलंदाजाला आपण गोलंदाजी करायला सांगू, पण गोलंदाजीला सुरुवात करण्यापूर्वी समोर जे तीन स्टम्पस् असतात ते काढून बाजूला ठेवू. आता कर म्हणावं बॉलिंग! मग तो किती वेळ बॉलिंग करेल? समोर स्टम्पस् नाहीत, फलंदाज त्याला हवं तिथं उभा राहील. दहा-पंधरा मिनिटांत वैतागून हा जगातील महान गोलंदाज तेथून निघून जाईल. कारण समोर स्टम्पस्च नाहीयेत!

अगदी अशाच प्रकारे आपल्या आयुष्यातही स्टम्पस् असणं आवश्यक आहे. चांगल्या गोलंदाजाला स्टम्पस् दिसले नाहीत, तर गुणवत्ता असूनही तो गोलंदाजी करू शकत नाही. त्याचप्रमाणे, आपल्या जीवनात आपल्या समोर आपले स्टम्पस् आहेत का? लक्ष्य आहे का? जर आपल्या जीवनात ध्येय नसेल, तर आपल्याकडे शक्ती आणि योग्यता असूनसुद्धा त्याचा फायदा होत नाही. गोलंदाजात शक्ती असूनसुद्धा स्टम्पस् उपलब्ध नसतील, तर गोलंदाजी करणं शक्यच नाही. त्याचप्रमाणे, आपल्यात कितीही ताकद असली तरीही जीवनाला लक्ष्य (दिशा) असणं आवश्यक आहे. केवळ स्वतःच्याच नव्हे, तर आपल्या घरातील लोकांच्या जीवनात तरी स्टम्पस् आहेत का? आपल्या मुलांकडे स्टम्पस् आहेत का? ज्या ऑफिसमध्ये मी काम करतोय, तिथल्या लोकांकडे, माझ्या असिस्टंटकडे स्टम्पस् आहेत का? सगळ्यात महत्त्वाचं म्हणजे प्रत्येक क्षणी त्यांना त्यांचे स्टम्पस् दिसतात का?

बऱ्याच वेळा आपलं ध्येय पूर्ण होतंही, पण त्या ध्येयामागेही एक ध्येय असतं, याची जाणीव आपल्याला नसल्याने जीवनात एक प्रकारची पोकळी, एक रिक्तता जाणवत असते.

मग सर्व काही मिळालं, तरीसुद्धा काही तरी कमतरता जाणवते. जीवनात काही तरी अपूर्ण राहिलं आहे असं वाटतं. असं का? याचं कारण म्हणजे, ध्येयामागील ध्येय

काय (Aim beyond Aim) हे खूप जणांना समजत नाही. म्हणून केवळ ध्येय पूर्ण करणं महत्त्वाचं नसतं, तर त्यामागील ध्येय जास्त महत्त्वाचं असतं. एका लहानशा उदाहरणावरून हे समजून घेऊ.

एक गृहस्थ होते. त्यांना एक लहान मुलगा होता. त्यांच्या मनात प्रत्येक क्षणी आपल्या मुलाविषयीच विचार असायचे. त्यांना वाटायचं, त्यांच्या मुलाने बाजूला असलेल्या पर्वतावर चढून त्यावर असलेल्या मंदिरापर्यंत पोहोचावं. परंतु मुलगा इतका लहान होता, की त्याला पर्वत चढणंच काय, पण नीट चालताही येत नव्हतं. आता कुठं तो रांगायला शिकत होता.

मग वडिलांनी एक युक्ती केली. त्यांनी मुलासाठी एक पद्धत तयार केली. जमिनीच्या मध्यभागी त्यांनी एक खड्डा तयार केला. मुलाच्या हातात एक रंगीत चेंडू देऊन त्याला सांगितलं, 'बाळा, हा चेंडू या खड्ड्यात टाकायचा बरं का. एकदा या दिशेनं, दुसऱ्यांदा त्याच्या विरुद्ध दिशेनं.' त्यांनी एका जागी जमिनीला खुणा केल्या. त्या मुलाला दाखवल्या आणि सांगितलं, 'दोन्ही वेळेस या खुणेच्या रेषेमागून चेंडू टाकायचा.' अशा प्रकारे त्यांनी मुलाला सगळे नियम समजावून सांगितले.

आता मुलाने चेंडू फेकायला सुरुवात केली. मुलगा चेंडू टाकता टाकता चालायलाही शिकत होता. पण आपण जाणतो, की लहान मुलं चालायला शिकतात, त्या वेळी चालतात कमी आणि पडतात जास्त!

मग प्रश्न येतो, 'मुलं काय शिकतात? चालायला की पडायला?'

कोणीही सांगेल, 'ती तर चालायला शिकतात,' आणि ते बरोबरच आहे. लहान मुलं चालायला शिकतात, पडायला नाही. लहान सहान अपयश त्यांना जराही विचलित करत नाही.

पण आपल्या बाबतीत असं होत नाही. आपण लहान सहान अपयशांनी निराश होऊन काम बंद करतो. दिवसभर आपण जेव्हा काम करत असतो, तेव्हा आपल्यासोबत कित्येक घटना घडतात. पण त्यातील कोणत्या घटना आपल्या लक्षात राहतात? चांगल्या घटना लक्षात राहत नाहीत. मात्र, घरी किंवा ऑफिसमध्ये कोणी काही बोललं, ओरडलं तर मनात कोणते विचार सुरू होतात? जरा विचार करून बघा.

'मला असं म्हणाला काय? स्वतःला काय समजतो? सोडणार नाही त्याला! उद्या भेटू देत, कळेल त्याला मी काय चीज आहे!' असे अनेक विचार मनात सुरू होतात.

एकदा राजूला त्याच्या शेजारी राहायला आलेला नवीन भाडेकरू हिप्पोपोटॅमस म्हणाला, त्या वेळेस सगळेच हसले आणि वर राजूही हसत हसत गेला. दोन दिवसांनी राजू जेव्हा झूमध्ये गेला, तेव्हा त्याने हिप्पोपोटॅमस म्हणजे गेंड्याला बघितलं. मात्र,

जसं त्याने गेंड्याला पाहिलं, तसा राजूला प्रचंड राग यायला सुरुवात झाली. त्याच्या मनात विचार सुरू झाले, 'आत्ता मला कळलं, जेव्हा तो मला हिप्पोपोटॅमस म्हणाला, तेव्हा सगळे माझ्याकडं पाहून का हसत होते.' आता दोन दिवसांनंतर त्या गेंड्याला पाहून त्याचा असा स्वसंवाद सुरू झाला. खरंतर दोन दिवसांपूर्वी त्याने तो शब्द ऐकला होता, पण त्रास आज सुरू झाला. कारण त्याचा स्वसंवाद आत्ता सुरू झाला आणि त्या स्वसंवादाचं रूपांतर क्रोधामध्ये झालं.

'मला हिप्पोपोटॅमस म्हणतो काय? भेटू देत मला, मी त्याला डायनोसॉर म्हणूनच हाक मारतो आणि साधा नाही, चांगला जंगली डायनोसॉर! सगळ्यांसमोर ओरडून ओरडून डायनोसॉर म्हणेन मी त्याला.' आता तो स्वतःशीच बोलायला लागला.

आपल्या सर्वांबाबतही असंच होत असतं. चुकीच्या गोष्टी लगेच आपल्या लक्षात राहतात. शिवाय, त्यांचा त्रासही खूप दिवस होत राहतो. घरामध्ये, ऑफिसमध्ये कुणी काही बोललं, रागावलं की दिवसभर तेच ते विचार मनात येत असतात. मात्र, कुणी कौतुक केलं तर? समजा, तुम्हाला कुणी म्हणालं, 'त्यादिवशी तुम्ही होता म्हणून काम झालं, नाही तर शक्यच नव्हतं. तुमच्यामुळेच तर सगळं जमलं. काय छान बोललात हो तुम्ही!' अशी जेव्हा तुमची कुणी प्रशंसा करतं, तेव्हा कित्येक जणांना तर रात्री झोपच येत नाही. रात्रीदेखील डाळ्यांसमोर तीच प्रशंसा तरळते. 'कसं माझं कौतुक झालं, सगळे मला किती आदर देत होते!' कित्येक जणांना असं कौतुक झाल्यावर रात्री झोपच येत नाही. रात्रभर हेच कौतुक आठवत असतं.

याचा अर्थ काय? तर आपला रिमोट कंट्रोल समोरील व्यक्तीच्या हातामध्ये असतो. कित्येक घटनांमध्ये तर आपण स्वतःच आपला रिमोट कंट्रोल दुसऱ्याच्या हातामध्ये देतो. समोरचा जसं बटण दाबेल, त्याप्रमाणे आपल्या मनात विचार उठतात. कुणी आपल्या कामात चूक काढताच आपल्याला त्रास व्हायला सुरुवात होते आणि कुणी कौतुक केलं, तर आनंद होतो. म्हणजेच आपण आपला रिमोट कंट्रोल स्वतःच समोरच्याच्या हातामध्ये देतो. शिवाय, त्याच्याकडून अपेक्षा करतो, की त्याने कौतुकाचं बटण दाबावं, आपली प्रशंसा करावी.

मात्र नेमकं काय व्हायला हवं? तर प्रत्येक क्षणी माझा रिमोट कंट्रोल माझ्याच हातात असायला हवा. बाहेरचं वातावरण, बाहेरच्या घटना, समोरच्याचे शब्द यांनी मी विचलित होता कामा नये. हाच या पुस्तकाचा मुख्य उद्देश आहे. स्वसंवादामुळे आपला रिमोट कंट्रोल आपल्याच हातात कसा ठेवता येईल, हे जाणून घ्यायचं आहे.

लहान मुलांच्या बाबतीत मात्र असं होत नाही. लहान-मोठी संकटं त्यांना त्रास देत नाहीत. मागच्या गोष्टीमधील तो मुलगा बॉल फेकत होता, पडत होता, परत बॉल

फेकत होता. अशा प्रकारे बॉल फेकता फेकता हा मुलगा एक्स्पर्ट बनला. शंभरपैकी नव्वद वेळा जेव्हा बॉल खड्ड्यात जायचा, तेव्हा तो नाचायचा, ओरडायचा, 'मी जिंकलो, मी जिंकलो;' आणि जेव्हा बॉल खड्ड्यात जायचा नाही, तेव्हा स्वतःशीच नाराज होऊन म्हणायचा, 'मी हरलो, मी हरलो.' आता या मुलाच्या मनात बॉल खड्ड्यात जाणं आवश्यक आहे, हे पक्कं बसलं. परंतु आपण जाणतो, की वडिलांनी जी पद्धती तयार केली होती, त्यात बॉल किती वेळा खड्ड्यात गेला, दहा वेळा गेला, पंधरा वेळा गेला, की वीस वेळा गेला? हे महत्त्वाचं नव्हतं. तर या गोष्टीला महत्त्व होतं, की बॉल फेकता फेकता हा मुलगा चालायला-पळायला, उड्या मारायला शिकला की नाही? चालण्याचं, पळण्याचं कौशल्यच त्याला पर्वत चढायला उपयोगी पडणार होतं.

आपल्या जीवनातही असंच होतं. समस्यांसमोर हरणं आणि जिंकणं यालाच आपण फार महत्त्व देतो. ध्येयामागील ध्येय विसरून जातो. समस्या आली तर त्यात आपलं जिंकणं किंवा हरणं फार महत्त्वपूर्ण नसतं, तर त्यावेळेस माझा रिमोट कंट्रोल कुठं होता? बाहेरच्या समस्या सोडवणं हे जर ध्येय असेल, तर त्याच्या ध्येयामागील ध्येय हे आहे, ही समस्या सोडविताना कोणती क्षमता विकसित झाली? आपलं मन निर्मळ आणि अकंप बनलं का, हे महत्त्वाचं आहे.

समस्यांमधून बाहेर येणं लक्ष्य आहे, तर मन निर्मळ आणि अकंप बनविणं हे लक्ष्यामागील लक्ष्य (Aim beyond Aim) आहे.

त्याचप्रमाणे प्रत्येक क्षणी माझा रिमोट कंट्रोल कुठं असतो, हे जाणणं आवश्यक आहे. एखाद्या घटनेत जर आपल्याला अपयश मिळालं, तर आपला स्वसंवाद काय होतो? अशा वेळेस आपण स्वतःचा रिमोट कंट्रोल स्वतःच्या हातात कसा घ्यायचा? ही कला जर शिकलो, तर खऱ्या अर्थानं जीवन जगलो, असा याचा अर्थ होतो. अन्यथा इतरांना वाटतं, की तुम्ही जिंकलात. पण खरंतर तसं झालेलं नसतं. जर कार्यक्षमता, योग्यता, हुशारी, समजदारी या गुणांचा विकासच झाला नाही, तर जिंकूनसुद्धा आपण हरलेलोच असतो.

ही गोष्ट जर पूर्णपणे समजली, तर प्रत्येक समस्येमध्ये आपण दोनदा जिंकाल. एकदा समस्या सोडवून आणि दुसऱ्यांदा ध्येयामागील ध्येय पूर्ण करून.

आपल्या शरीराला नश्वर समजणं ठीक आहे.
आपल्या शरीराला मित्र समजणं चांगलं आहे.
आपल्या शरीराला स्वानुभव आणि
अभिव्यक्तीचं माध्यम समजणं सर्वोत्तम आहे.

जग कसं बदलाल
नात्यांमध्ये माधुर्य

खूप वर्षांपूर्वीची गोष्ट आहे. एकदा एका राजाला एक विचित्र आजार झाला होता. तो आजार इतका विचित्र होता, की त्याचा इलाज कोणत्याच वैद्याजवळ नव्हता. खूप चौकशी केल्यानंतर राजाला एका वैद्याची माहिती मिळाली, ज्याला या रोगावर उपाय ठाऊक होता. आता, वैद्य राजाला भेटायला आला. त्याने राजाला बघून जो उपाय सांगितला, तो खूप वेगळा आणि अजब होता. पण राजाच्या रोगावर उपचार होणं आवश्यक असल्याने सर्वांनी तो उपाय मान्य केला.

वैद्याने उपाय सांगितला, " महाराज लाल रंगाच्या जेवढ्या जास्त वस्तू पाहतील, तेवढ्या लवकर त्यांचा आजार बरा होईल."

उपाय ऐकताच राजाने राज्यात दवंडी पिटली, 'जिथे जिथे राजाची नजर पडेल, तिथे तिथे त्याला लाल रंगाच्याच सर्व गोष्टी दिसतील, अशी व्यवस्था ताबडतोब करण्यात यावी.'

आता राज्यातील सर्व लोक कामाला लागले. गावातील प्रत्येक भिंतीला लाल रंग देण्यात आला. राजा ज्या ज्या रस्त्याने जात असे, त्या त्या रस्त्यावर लाल कापड टाकण्यात आलं होतं. राजाचं सिंहासन आणि पूर्ण राजदरबारसुद्धा लाल रंगाने रंगविण्यास सुरुवात झाली होती. एवढंच नव्हे, तर शिपायांचे कपडेही लाल रंगाचे शिवण्यात आले.

सर्वत्र लाल रंग देण्याचं काम इतकं प्रचंड होतं, की बाहेरच्या देशांतील कारागीर बोलाविण्यात आले. एकीकडे प्रत्येक गोष्ट लाल होत चालली होती, तर दुसरीकडे राजाची तिजोरी रिकामी होत चालली होती. या सर्व गडबडीमध्ये राजाचा आजार मात्र बरा होत होता. हे पाहून सर्व आनंदी झाले होते. राजरस्तेच काय, पण राज्यातील घरंही लाल रंगाने सुशोभित करण्यात आली होती. मात्र, त्याचा सर्व खर्च राज्याच्या तिजोरीतूनच होत होता.

हे सगळं बघून एका लहान मुलाला खूप आश्चर्य वाटलं. तो सरळ राजदरबारात गेला आणि राजाला म्हणाला, "तुम्ही हे सगळं काय करताय? इतका खर्च का करत आहात?" लहान मुलाचं असं बोलणं ऐकून लोकांना खूप आश्चर्य वाटलं, त्याचबरोबर त्या मुलावर संकट येण्याची भीतीसुद्धा वाटली.

"तू असा प्रश्न विचारणारा कोण आहेस?" प्रधानजी पुढे येत म्हणाले, "खजिन्यातील पैशांपेक्षा महाराजांचा आजार बरा होणं महत्त्वाचं आहे. पण महाराजांच लवकर बरे व्हावेत अशी तुझी इच्छा दिसत नाही. तुझं वय पाहून आम्ही तुला सोडून देतोय. दुसरा कोणी असता, तर त्याला आतापर्यंत आम्ही बंदी बनवलं असतं."

"महाराजांनी लवकरात लवकर बरं व्हावं, ही तर माझीही इच्छा आहे. पण मला ही पद्धत योग्य वाटत नाही. तुम्ही जर मला बोलायची परवानगी दिलीत, तर माझ्याजवळ महाराजांचा आजार बरा करायचा सोपा आणि स्वस्त उपाय आहे." प्रधानजींचं बोलणं ऐकून मुलगा शांतपणे म्हणाला.

"चल, पळ इथून," प्रधानजी रागावून त्याला म्हणाले, "तुझ्याजवळ असं काय आहे, जे मोठमोठ्या पंडित- पुरोहितांना माहीत नाही? इथून लगेच निघून जा, नाही

तर राजद्रोहाच्या आरोपाखाली तुला बंदी बनवलं जाईल.'' हे ऐकताच मुलगा तिथून जाऊ लागला.

एवढ्यात खुद्द राजानेच त्या मुलाला थांबवलं आणि म्हणाला, ''या दरबारात कोणीही लहान किंवा मोठं नाही. तुझ्याजवळ या समस्येवर काही उपाय असेल, या गोष्टीची शक्यता खूप कमी वाटते. पण तरीही तुला एक संधी नक्कीच दिली जाईल. सांग, तुझ्याजवळ काय आहे?''

''धन्यवाद महाराज! आजपर्यंत तुमच्या बाबतीत मी खूप काही ऐकलं होतं आणि आज प्रत्यक्ष पाहिलंसुद्धा. कदाचित तुमच्या अशा प्रकारे काम करण्याच्या पद्धतीमुळेच लोक तुमचा आदर करतात. तुमचा आजार ठीक होण्यासाठी प्रत्येक जण एकत्र काम करीत आहेत, त्याचं एकमेव हेच कारण असावं. माझ्याजवळ जो उपचार आहे त्याने तुमचा आजार कमी खर्चात ठीक होईल.''

असं सांगून तो मुलगा राजाजवळ चालत गेला आणि त्याने राजाच्या डोळ्यांवर एक चष्मा घातला. तोही असा चष्मा, ज्याची काच 'लाल' रंगाचीच होती.

आता राजाला आपोआपच सगळं काही लाल दिसू लागलं. ही घटना बघून दरबारातील सर्व लोकांनी उभं राहून टाळ्या वाजवायला सुरुवात केली.

''हा चष्मा एका जत्रेत मी विकत घेतला होता. हा चष्मा घालून तुम्ही जे बघाल, ती प्रत्येक वस्तू लाल दिसेल. हा चष्मा घातल्यावर तुमचा आजार तर ठीक होईलच, शिवाय राज्याचं धनही वाचेल,'' तो मुलगा म्हणाला. त्या मुलाची ही हुशारी बघून सगळे आश्चर्याने थक्क झाले.

आपल्या बाबतीतही बऱ्याच वेळा असंच घडतं. ज्या रंगाचा चष्मा आपण घालतो, त्याच रंगाचं सर्व काही आपल्याला दिसू लागतं, हे तर नक्कीच आहे. अगदी त्याचप्रमाणे ज्या प्रकारचा स्वसंवाद आपल्या मनात चालू असतो, तसाच अनुभव आपल्याला येतो. स्वसंवाद हा एक प्रकारचा आपल्या मनाचा चष्माच आहे, तो ज्या रंगाचा असेल तसंच दृश्य आपल्याला दिसू लागतं. आपण जर एखाद्या माणसाला पिवळ्या रंगाच्या चष्म्यातून बघितलं, तर तो आपल्याला पिवळाच दिसू लागतो. निळ्या, हिरव्या आणि काळ्या रंगाच्या बाबतीतही अगदी असंच घडतं.

अनेक वेळा आपणही राजासारखं बाकीच्या गोष्टी बदलण्याच्या मागे लागतो,

इतर लोकांना सुधारण्याच्या मागे लागतो. त्यांच्या काय चुका होतात, ते बघत बसतो. पण, जर आपण आपला चष्मा (स्वतःशी होणारा संवाद) बदलला, तर सर्व गोष्टी एकाच वेळी बदलून जातील. आता आपल्याला हे ठरवायचं आहे, की आपण आपल्या मनरूपी डोळ्यांवर कोणत्या रंगाचा चष्मा घालायचा, म्हणजेच प्रत्येक घटनेमध्ये कोणत्या प्रकारचा स्वसंवाद करायचा?

सगळ्यात उत्तम म्हणजे आपण खुल्या मनानं कोणत्याही चष्म्याशिवाय (मौनात राहून) समोर बघायला हवं. जर चष्मा घालायचाच असेल, तर तो बिनरंगाचा, म्हणजेच पारदर्शक काच असलेला घालायला हवा, ज्यामुळे समोर जसं आहे, तसंच आपल्याला दिसेल.

आपल्या जीवनात नेहमी वेगवेगळ्या प्रकारचे लोक येत असतात. जीवनात येणाऱ्या प्रत्येक माणसामुळे आपल्या मनात वेगवेगळ्या भावना उत्पन्न होतात. त्या भावनांवरून आपण त्या त्या माणसाशी कसा व्यवहार करायचा, कसे संबंध ठेवायचे हे ठरवत असतो. आजपर्यंत एखादा माणूस आपल्याला किती वेळा भेटला, तो भेटल्यावर काय काय घटना घडल्या, यावरून त्याच्याशी किती आणि कसे संबंध ठेवायचे, हे आपण ठरवत असतो. एखादा चांगला माणूस भेटल्यावर त्याच्याशी नेहमी सकारात्मक बोलतो आणि तसेच संबंध ठेवतो. कारण त्या माणसाविषयी आपल्या मनात चांगली कल्पना तयार झालेली असते. त्याला पाहून आपल्या मनात जो स्वसंवाद सुरू होतो, त्यावरूनच आपण त्याला प्रतिसाद देत असतो.

प्रत्येक मनुष्यासोबत आपला व्यवहार एकसारखा नसतो, हे आपल्याला माहीतच आहे. जर आपल्या बाबतीत विचार केला, तर आपण सगळ्यांबरोबर एकसारखा व्यवहार करीत नसतो हे जाणवेल. तसंच, इतर लोकही आपल्यासोबत एकसारखा व्यवहार करत नाहीत. प्रत्येक माणूस इतरांशी वेगवेगळा व्यवहार करीत असतो. कोणी आपल्याशी अगदी चांगला व्यवहार करतो, तर दुसऱ्याच क्षणी तो कोणाशी वाईट व्यवहार करतो. कित्येक वेळा तर आपण ज्याला चांगलं समजतो, त्याच्या बाबतीतच लोक वाईट बोलत असतात, हा अनुभव आपल्याला येतो.

उदाहरणार्थ, बॉसला बघताच काही लोकांच्या मनात नकारात्मक विचार येत येतात. काही जणांना तर आज बॉसने कामालाच येऊ नये, असेही विचार येतात. पण याच बॉसच्या घरी जाऊन पाहिलं, तर काय दृश्य असेल? कदाचित त्याची कुणी तरी

वाट बघत असेल. कदाचित त्याचा मुलगा वडिलांसोबत राहण्यासाठी सुट्टी घेण्यास सांगत असेल.

मग एकाच माणसाच्या बाबतीत इतकं परिवर्तन कसं असू शकतं? त्याच्या संपर्कात येणारे वेगवेगळे लोक त्याच्या बाबतीत इतके विभिन्न विचार कसे करू शकतात? कारण एकाच माणसाच्या बाबतीत त्याला चांगले किंवा वाईट म्हणणारे असे दोन्ही प्रकारचे लोक असतात. यावरून कोणत्याही मनुष्याला बघून आपल्या आतमध्ये जो स्वसंवाद चालू होतो, तोच स्वसंवाद तो मनुष्य चांगला किंवा वाईट आहे, हे सिद्ध करतो.

प्रत्येकालाच समोरचा माणूस वेगवेगळा भासत असतो, कारण प्रत्येकासाठी त्याचा रोल, भूमिका ही वेगवेगळी असते. जसं, एखाद्या कंपनीत एक जण बॉस असतो, तर तोच बॉस घरात कोणाचा तरी पती असतो, वडील असतो, भाऊ असतो किंवा मुलगा असतो. जसजसा त्याचा रोल बदलत जातो, तसतसं त्याचं वर्तनही बदलत जातं. त्याच्या या वागणुकीमुळे कोणी त्याला प्रेमळ म्हणतं, तर कोणी कठोर म्हणतं. कोणी त्याला मदत करणारा म्हणतं, तर कोणी आणखी काही संबोधतं. माणूस तर तोच असतो, केवळ आपण त्याला कसं बघतो, हे जास्त महत्त्वपूर्ण असतं.

एका छोट्या गोष्टीवरून आपण हे समजून घेऊ या.

एकदा एका गावात अचानक मुसळधार पाऊस पडतो. त्या वादळी पावसापासून स्वतःला वाचविण्यासाठी बरेचसे लोक एका मोठ्या झाडाखाली येऊन थांबतात. बघता बघता अनेक लोक त्या झाडाखाली जमा होतात. ते सर्व वेगवेगळ्या वयाचे, भिन्न व्यवसाय करणारे असतात. या सर्व लोकांमध्ये एक साधुमहाराजही असतात. त्यांना बघून अनेक लोक आपापल्या जीवनाविषयी वेगवेगळे प्रश्न विचारायला सुरुवात करतात. प्रत्येकाचे प्रश्न वेगवेगळे, पण त्या सर्व प्रश्नांचा रोख एकाच दिशेने असतो, 'लोक अशा प्रकारे वाईट व्यवहार का करतात? जग अशा प्रकारे का बनवलं? लोक आमचं म्हणणं का समजून घेत नाहीत? ते स्वार्थी का आहेत? वगैरे वगैरे.'

महाराज म्हणतात, "तुमच्या सगळ्या प्रश्नांची उत्तरं तुम्हाला मिळतील, पण त्याआधी माझ्या एका प्रश्नाचं उत्तर तुम्हाला द्यावं लागेल. ज्या झाडाच्या आश्रयाला तुम्ही सगळे उभे आहात, त्या झाडाला पाहून तुमच्या मनात कोणते विचार आले? हे झाड पाहून तुम्हाला काय वाटतंय?"

"हुबेहूब असंच झाड माझ्या शाळेच्या पुस्तकात छापलेलं आहे. अशा

झाडांमुळेच आपल्याला प्राणवायूही मिळतो आणि मधुर फळं खाण्यास मिळतात,'' एक छोटा मुलगा पुढे येऊन म्हणाला.

''बरं झालं हे झाड इथं होतं म्हणून, नाही तर मी आजारीच पडलो असतो. इतक्या पावसात, या झाडानेच मला आजारी पडण्यापासून वाचवलं आहे. अन्यथा माझे तीन दिवस सर्दी-तापात गेले असते. हे झाड लोकांचं उन्हापासूनही संरक्षण करतं, असे विचार माझ्या मनात आले,'' एक अशक्त माणूस पुढे येऊन म्हणाला.

''या झाडाच्या पानांपासून अनेक औषधं बनू शकतात, ज्यामुळे कित्येक लोकांना जीवनदान मिळू शकतं. हे अतिशय उपयुक्त असं झाड आहे.'' एका वैद्याने आपलं आयुर्वेदातील ज्ञान प्रकट केलं.

''माझा अनुभवच सांगायचा झाला, तर मी एवढंच सांगेन, की या झाडाचं लाकूड अतिशय उच्च दर्जाचं आहे. या लाकडापासून अनेक दर्जेदार वस्तू बनवता येतील. आजकाल अशी झाडं मिळणं दुर्मीळ आहे,'' एक लाकडाचा व्यापारी म्हणाला.

''या झाडाचं जर आपण संरक्षण केलं, त्याची व्यवस्थित देखभाल केली, तर त्यापासून आपल्याला भरपूर फळं-फुलं मिळतील. मग ती विकल्यानंतर खूप पैसेदेखील मिळतील,'' आणखी एका व्यापाऱ्याने पुढे येऊन सांगितलं.

एका माणसाने तर वेगळंच उत्तर दिलं. तो म्हणाला, ''महाराज, तुमच्यापासून काय लपवायचं? खरंतर मी एक चोर आहे. चोरी करून आल्यानंतर लपण्यासाठी या झाडामध्येच मी एखादी जागा शोधत असतो.''

या सर्व लोकांमध्ये एक चित्रकारही होता. तो म्हणाला, ''हे झाड फारच सुंदर आहे. या झाडामध्ये वेगवेगळी चित्रं साकारलेली मला दिसत आहेत. कुठे मंदिराचा कळस, कुठे देवाची सुंदर मूर्ती, कुठे हत्तीची सोंड, कुठे खोडकर लहान बाळ, तर कुठे तरी एक म्हातारा माणूस.''

सगळ्यांची उत्तरं ऐकल्यानंतर महाराज हसले आणि पुढे म्हणाले, ''एक स्थूल, अचल गोष्ट पाहून तुम्हा सर्वांच्या मनात एवढे वेगवेगळे विचार आले. मनुष्याबाबत तर असं होणं साहजिकच आहे. आपल्या आजूबाजूला जे लोक आहेत, त्यांच्याविषयी आपल्या मनात निरनिराळे विचार येणं स्वाभाविक आहे. म्हणूनच कोणत्याही माणसाच्या बाबतीत आपलं मत बनविण्यापूर्वी आपण स्वतःला विचारायचं, या माणसाविषयी मी

जो विचार करत आहे, तो माणूस खरंच तसा आहे का? शिवाय, तो सगळ्यांनाच तसा दिसत आहे, की केवळ मी तसं समजत आहे?''

हा एक प्रश्न आपल्या मनातील पीडा, त्रास, दुःख, नाराजी अशा सर्व गोष्टी दूर करेल. लोकांच्या विचित्र वागणुकीमुळे जे त्रास होतात ते नष्ट होतील. मग आपल्या समोर येणाऱ्या प्रत्येक माणसाला आपण जुन्या स्वसंवादानुसार नव्हे, तर नव्या दृष्टिकोनातून बघू शकाल.

आपण आपले विचार, बघण्याचा दृष्टिकोन, आपला काळा चष्मा म्हणजेच स्वसंवाद बदलला, तर आजपासूनच संपूर्ण विश्व बदलू लागेल. शिवाय, सर्व नातेसंबंधांत सुधारणा होईल ते वेगळंच!

स्वतःचं काम स्वतः करणं चांगलं आहे. स्वतःचं काम पूर्ण करून इतरांना मदत करणं अतिशय चांगलं आहे. प्रत्येक काम ईश्वराची अभिव्यक्ती समजून पूर्ण करणं अतिउत्तम आहे.
Work is worship, worship is not work.

भाग ४

तुमची देहबोली, तुमचा स्वसंवाद
प्रार्थना करून इतरांमध्ये परिवर्तन घडवा

तुमचं यश फक्त यावरच अवलंबून नसतं, की तुम्ही स्वतःविषयी काय बोलता, तुम्ही जीवनात काय काय मिळवलंय? तर आपलं यश, आपली सफलता, आपल्यासोबत राहणारे लोक आपल्याविषयी, आपलं चारित्र्य, आपला स्वभाव, व्यवहार आणि आपली वचनबद्धता याविषयी काय बोलतात, यावरही अवलंबून असतं.

स्वसंवादाचा उपयोग योग्य प्रकारे करायला शिकलात आणि त्याचं महत्त्व ओळखून तसं वागलात, तर सर्व लोकांशी तुमचे जे संबंध आहेत, ते पहिल्यापेक्षा अधिक सुदृढ व चांगले होतील. सर्वांशीच आपले संबंध चांगले कसे

होतील, याविषयी जाणून घेऊ या. पण त्याआधी आपल्या अवतीभोवती असणाऱ्या, आपल्यासोबत काम करणाऱ्या लोकांशी आपण कशा प्रकारे संवाद साधू इच्छितो, हे जाणून घ्यायला हवं.

एकदा समोर बसलेल्या ग्रुपला मी विचारलं, ''समजा, तुमच्याबरोबर दहा लोक काम करीत असतील, तर तुमच्यासाठी किती हात काम करीत आहेत?''

''वीस!'' सगळ्यांनी चटकन् उत्तर दिलं.

''हो. दहा लोक म्हटल्यानंतर प्रत्येकाचे दोन हात, म्हणजेच वीस हात झाले ना!'' सगळ्यांनी एकाच तालासुरात सांगितलं.

''वीसच का? बावीस का नाहीत?'' हे बघा, दहा लोकांचे प्रत्येकी दहा हात, मग तुमचे स्वतःचे दोन हात कुठं गेले? ते दोन हातही पकडले पाहिजेत की नाही? मग त्या सर्व हातांबरोबर तुमचे दोन हात पकडून किती हात होणार? बावीसच ना...!''

''हो!'' सगळे आपल्या चुकीची कबुली देत म्हणाले.

खरंतर सगळ्यांच्याच बाबतीत असं घडत असतं. अशा वेळी आपण स्वतःला विसरूनच जातो. प्रत्येकाबरोबर स्वसंवाद साधताना, वार्तालाप करताना आपण स्वतःशी होणारा स्वसंवाद, बोलणं विसरूनच जातो. आपला हाच स्वसंवाद ज्या लोकांसोबत आपण राहतो, काम करतो, त्यांच्यावर सकारात्मक किंवा नकारात्मक परिणाम घडवत असतो. त्यासाठी या स्वसंवादामध्ये परिवर्तन, बदल होणं निश्चितच आवश्यक आहे.

तुम्ही ज्या लोकांबराबेर राहता, काम करता, त्यांच्याविषयी तुमचा सकारात्मक स्वसंवाद असेल, तर त्यामुळे तुम्हाला एक प्रेरणा मिळेल, उत्साह व स्फूर्ती मिळेल. पण हेच जर त्यांच्याविषयी तुमचा स्वसंवाद नकारात्मक असेल, भावना चांगल्या नसतील, तर तुमची ताकद कमी होईल. तुम्ही निरुत्साही व दुःखी बनाल. पुढील गोष्टीतून आपण हे समजून घेऊ.

नीलाराम आणि लीलाराम नावाचे दोन जादूगार होते. दोघेही एकाच प्रकारचे जादूचे प्रयोग करीत असत. जादूच्या प्रयोगांविषयी असलेली आवश्यक माहिती, ज्ञान, अनुभव हे सर्व दोघांकडेही एकसारखंच होतं. तरीसुद्धा त्या दोघांमध्ये एक फरक मात्र होता. नीलाराम हा प्रयोग सुरू करण्यापूर्वी मनातल्या मनात विचार करत असे.

'आज प्रयोगाला किती लोक येतील कुणास ठाऊक... ज्या ठिकाणी प्रयोग

आहे, तो हॉल पूर्ण भरेल की नाही... आज माझा किती फायदा होईल... मला किती पैसे मिळतील...' असे विचार प्रयोग करण्याआधी चालत असत. प्रयोग सुरू असताना समोरचा प्रेक्षकवर्ग पाहून पुन्हा तो विचार करत असे, 'यांना काय माहीत, मी किती मोठा जादूगार आहे ते. आता मी अशी मस्त जादू करतो, की कोणाला काही कळणारच नाही... कुणीही माझी हातचलाखी पकडू शकत नाही. आता बघा, यांना बघता बघता कसं उल्लू बनवतो ते!'

असे बरेच स्वसंवाद प्रयोगाच्या वेळी त्याच्या मनात चालू असत. जेव्हा तो जादू करायचा, तेव्हा त्याची हातचलाखी लोकांच्या लक्षात यायची नाही. ते पाहून त्याच्या मनात लगेच स्वसंवाद सुरू व्हायचा, 'कसं उल्लू बनवलं!'

लीलाराम नावाच्या दुसऱ्या जादूगाराचे प्रयोगही अगदी नीलारामसारखेच होते. तोही लोकांसमोर तसेच प्रयोग सादर करायचा. पण त्याचे प्रयोग सुरू व्हायच्या आधी त्याचा स्वसंवाद असायचा, 'माझ्या समोर बसलेले प्रेक्षक दिवसभर घरी, ऑफिसमध्ये काम करून थकलेले असतात... त्यात काही दुःखी-कष्टी लोकही असतील. म्हणून माझं काम आहे, की तीन तास त्यांना भरपूर हसवायचं, आनंदित करायचं. इतकं की खुशीत येऊन त्यांनी भरपूर टाळ्या वाजवायला हव्यात. माझे जादूचे प्रयोग बघून सगळे आपापली दुःखं विसरतील आणि इथून बाहेर जाताना आनंदात, प्रेरित होऊन बाहेर पडतील.'

त्याच्यात हाही स्वसंवाद चालायचा, 'जेव्हा लोक माझे जादूचे प्रयोग बघतील, तेव्हा त्यांच्यात नवी उमेद तयार होईल. जीवनाचं रहस्य शोधण्याचा उत्साह त्यांच्यात परत निर्माण होईल. स्वतःचं जीवन हसत-खेळत जगायला ते सुरुवात करतील.'

दोघांच्या स्वसंवादावरून आपल्याला काय जाणवतं? कोणाचा प्रयोग पाहणं लोकांना जास्त आवडेल? ज्याचा स्वसंवाद लोकांविषयी नकारात्मक आहे त्याचा, की ज्याचा सकारात्मक आहे त्याचा?

ज्या लोकांचा स्वसंवाद सकारात्मक असतो, आशावादी असतो, तो सकारात्मक तरंग तयार करतो. त्या स्वसंवादामुळे तयार होणारे तरंग त्याच्या संपर्कात येणाऱ्या लोकांपर्यंत सहजतेने पोहोचतात. ज्या प्रकारचा स्वसंवाद आपण स्वतःसोबत करतो, त्याच प्रकारचे तरंग आपल्या आजूबाजूला तयार होतात. त्यामुळेच आपण लोकांना आपल्याकडे आकर्षित करतो किंवा दूर जायला भाग पाडतो.

लीलारामचा स्वसंवाद सकारात्मक असल्यामुळे तो नेहमी सकारात्मक तरंग तयार करायचा. अर्थातच लीलारामचे मॅजिक शो लोकांना आवडायचे आणि नीलारामचे मात्र आवडत नसत. याचं कोडं नीलारामला काही केल्या उलगडत नव्हतं. तो स्वतःशी म्हणायचा, 'लीलाराम आणि माझ्या ट्रिक्स तर एकच आहेत. सगळं काही एकसारखंच आहे. उलट त्याच्यापेक्षा माझं स्टेज जास्त सुंदर सजवलेलं असतं, तरीही लीलारामच्या प्रयोगाला इतकी गर्दी का?' अशा प्रकारे त्याचा स्वसंवाद आता जास्तच नकारात्मक होऊ लागला. त्याचबरोबर तो अधिक नैराश्याने ग्रासला गेला.

आता आपण स्वतःबाबत विचार करू या. 'दिवसभर मी ज्यांच्या सहवासात असतो, माझ्या घरातील सदस्य, ऑफिसमधील सहकारी, जिथे मी दिवसभर काम करत असतो, या सर्वांबाबत माझा स्वसंवाद कसा आहे आणि कसा असायला हवा? त्यासाठी आजपासून मी काय करायला हवं?'

रोज सकाळी उठल्यावर आपला स्वसंवाद असा असायला हवा, 'आज माझ्यामुळे माझ्या घरातील लोक आनंदी, खूश होणार आहेत. माझ्या व्यवहाराने माझ्या ऑफिसमधले लोक जास्त आनंदी होतील. माझ्या सकारात्मक स्वसंवादाने आणि वाणीने सर्व जण कामाचा आनंद घेतील.'

केवळ स्वसंवाद बदलल्याने काय होणार? असं आपल्याला वाटेल. पण असं नाही. ज्या पद्धतीचा स्वसंवाद आपल्यामध्ये चालतो, तशीच आपली बॉडी लँग्वेज म्हणजेच देहबोली तयार होते आणि आपली बॉडी लँग्वेज समोरच्याच्या अंतर्मनाला लगेच समजते. आपली बॉडी लँग्वेज नकारात्मक असेल, तर समोरची व्यक्ती त्याच्याही नकळत संकुचितपणे वागू लागते. सकारात्मक शारीरिक भाषा सगळ्यांच्याच अंतर्मनाला प्रभावित करते. आपोआप सर्व जणांमध्ये सहयोगाची, मदतीची भावना तयार होते. मग जसा आपला स्वसंवाद बदलतो, तशा आपल्या क्रियाही बदलतात. हे सर्व अतिशय सूक्ष्म स्तरावर होत असल्याने आपल्याला त्याचा पत्ताच लागत नाही. म्हणूनच आपली बॉडी लँग्वेज म्हणजेच देहबोली बदलायची असेल, तर स्वसंवादावर नियंत्रण हवं.

काही वर्षांपूर्वीची ही गोष्ट आहे. अनमोल नावाचा एक मुलगा रविवारच्या मार्गदर्शन सत्रात मला भेटायला आला होता. अनमोल म्हणाला, "सरश्री, उद्या सोमवार आहे. मी उद्या ऑफिसमध्ये जाऊन राजीनामा देणार आहे." अनमोलचं ते वाक्य ऐकून ऐकणाऱ्यांना आश्चर्य वाटलं. बोलता बोलता त्याने आपल्या खिशातून राजीनामा लिहिलेलं पत्र काढलं आणि म्हणाला, "सरश्री, हा माझा राजीनामा आहे.

उद्या सरळ जाऊन मी हा माझ्या बॉसच्या टेबलावर ठेवणार आहे.''

''हो का? काही नवीन काम मिळालं वाटतं?'' माझा प्रतिप्रश्न ऐकून अनमोलच्या चेहऱ्यावरचा रंगच बदलला. त्याच्या चेहऱ्यावर राग व सूडभावना स्पष्ट दिसत होती.

''नाही सरश्री! नवीन जॉब वगैरे नाही लागला. पण तुम्हाला माहीत नाही, मागच्या एक वर्षापासून माझ्या बॉसने मला किती छळलं आहे ते. त्यांच्या त्रासाला मी इतका वैतागलोय, की उद्या जाऊन सरळ राजीनामा देणार आहे. बॉसची सही घेऊन माझा सगळा हिशेब लगेच क्लिअर करून घेणार.'' अनमोलच्या चेहऱ्यावर व डोळ्यांतून राग ओसंडून वाहत होता.

मात्र शेवटचं वाक्य बोलताना त्याच्या चेहऱ्यावर एक असुरी आनंद झळकला. मग मनातल्या मनात ते चित्र पाहून त्याच्या चेहऱ्यावर समाधानही आलं. आता एक कटू समाधान त्याच्या चेहऱ्यावर झळकत होतं.

''जेव्हा त्याच्या गालावर फटका मारेन, तेव्हा माझ्या जीवनाचं सार्थक होईल. इतक्या वर्षांत त्याने मला जो त्रास दिला, त्याचा बदला घेण्यासाठी मी हे सर्व करतोय.'' अनमोल अतिशय रागात म्हणाला.

''अनमोल, हरकत नाही. जसे आपले विचार, तशाच क्रिया आपल्याकडून घडतात.'' माझा शांत स्वर ऐकून अनमोल थोडा सावरून बसला. ''पण अनमोल, तुला अशी क्रिया करायची असेल तर नक्की कर, पण फक्त पंधरा दिवसांनी. तोपर्यंत या पंधरा दिवसांत आपण एक नवीन प्रयोग करू.''

माझं बोलणं ऐकून अनमोलचा चेहरा साशंक झाला.

''पण सरश्री, मी रिजाईन नक्की करणार.'' अडखळतच अनमोलने आपली दृढता स्पष्ट केली.

''अवश्य कर, पण पंधरा दिवसांनंतर.''

आता अनमोलच्या चेहऱ्यावर प्रश्नचिन्ह होतं. त्याच्या मनात विचार चालले होते, 'माहीत नाही आता काय सांगतील?'

''हे बघ अनमोल, इथे जी सत्याविषयीची समज, शिकवण दिली जाते, त्यावर तुझा विश्वास असेल, तर तुला पंधरा दिवस एक काम करावं लागेल. सोपं काम आहे. फक्त रोज सकाळ-संध्याकाळ प्रार्थना करायची आहे.''

‘‘तुम्ही म्हणत असाल, तर नक्की करेन.’’ आता अनमोलच्या स्वरात शांती होती.

‘‘प्रार्थना करायची, पण ती तुझ्या बॉससाठी.’’ आता अनमोलच्या चेहऱ्यावर आश्चर्य आणि राग यांचं मिश्रण होतं.

‘‘काय? बॉससाठी प्रार्थना आणि मी करू? पण कशासाठी? त्याने काय होईल?’’ अनमोलच्या बोलण्यात विरोध दिसत होता.

‘‘याचं कारण पंधरा दिवसांनी सांगेन. आता सांगितलं त्याप्रमाणे सकाळ-संध्याकाळ प्रार्थना करायची आहे. ‘माझ्या बॉसला जे हवं ते मिळो. त्यांच्या मनातील सगळ्या इच्छा पूर्ण होवोत. त्यांना चांगलं स्वास्थ्य मिळो. दिवसेंदिवस त्यांना शारीरिक आणि मानसिक शांती लाभो. त्यांचा आर्थिक विकास होवो. त्यांना आनंद मिळो, प्रत्येक दिवशी त्यांना आनंद प्राप्त होवो’ अशी प्रार्थना करायची.’’

‘‘हे मला काय करायला सांगताय? माझ्याकडून असं घडणं कदापि शक्य नाही.’’

‘‘हे बघ अनमोल, हा एक प्रयोग आहे. करून तरी बघ. एवीतेवी तुला राजीनामा द्यायचाच आहे.’’

‘‘ठीक आहे. तुम्ही म्हणता आहात म्हणून करेन.’’ नाराजीच्या स्वरात अनमोल म्हणाला.

चौदा दिवसांनंतर अनमोल परत रविवारच्या सत्रात आला.

‘‘अनमोल, कसा आहेस?’’ मी हसून विचारलं. ‘‘राजीनाम्याची तारीख कुठली ठरली आहे?’’

आता मात्र अनमोलच्या चेहऱ्यावर वेगळे भाव होते. थोडासा हसून अनमोल म्हणला, ‘‘सरश्री, राजीनाम्याचं नक्की होत नाहीये.’’ आता ऐकणाऱ्यांच्या चेहऱ्यांवर आश्चर्य उमटलं. अनमोल हसत हसत पुढे म्हणाला, ‘‘आजकाल बॉस फारच चांगला वागायला लागला आहे. काय झालं कळत नाही, असं कसं काय घडलं, आश्चर्यच आहे.’’ हे ऐकून सगळ्यांनी जोरात हसायला सुरुवात केली, तर कुणी टाळ्या वाजवल्या.

‘‘अनमोल, याच्यामागे जे कारण आहे, ते तुला अजून कळलं नाही? हे सर्व आपल्या स्वतःच्या स्वसंवादावर अवलंबून असतं. जशी तू तुझ्या बॉससाठी प्रार्थना सुरू केलीस, तसा त्याचा परिणाम लगेच तुझ्या स्वसंवादावर झाला. स्वसंवाद बदलताच

विचार बदलतात आणि विचार बदलले की वाणी बदलते. शिवाय, केवळ वाणीच नव्हे, तर आपली बॉडी लँग्वेज म्हणजेच शरीराची भाषाही बदलते. ज्या व्यक्तीचं चांगलं व्हावं अशी सकाळ - संध्याकाळ तुम्ही प्रार्थना करता, तिच्याविषयी तुमचं शरीर नकारात्मक बोलूच शकत नाही. आपोआप तुमची देहबोली सकारात्मक होत जाते आणि तुमची सकारात्मक देहबोली, तुमचे शब्द समोरच्या व्यक्तीचं अंतर्मन सहजतेने पकडतात. मग त्याचाही प्रतिसाद तसाच येतो.''

हे असंच होत असतं. बॉस असो अथवा जादूगार, सासू असो किंवा शेजार, स्वतःला बदलून सगळ्यांना बदलायला हवं. हा बदल स्वतःचा स्वसंवाद बदलल्यानंतरच घडतो. तुम्ही स्वतःचा स्वसंवाद बदलला तर तुम्हाला जाणवेल, की आपल्याबरोबर काम करणारे लोक आपोआप बदलत आहेत. तुमच्याकडे पाहायची, तुमच्याशी बोलायची त्यांची जी पद्धत आहे, तीही बदलत आहे.

तुम्ही बॉसमुळे वैतागलेले कर्मचारी असाल, सासूमुळे वैतागलेली सून असाल, किंवा शेजाऱ्यामुळे त्रासलेले सज्जन असाल, शिक्षकांमुळे वैतागलेले विद्यार्थी किंवा यापेक्षा भिन्न काही असाल; तुमची बॉडी लँग्वेज, देहबोली, जी चुकीचे तरंग निर्माण करते, ती बदलण्यासाठी तुम्ही तुमचा स्वसंवादच बदलायला हवा. जर प्रत्येक शेजारी, प्रत्येक मित्र, प्रत्येक नातेवाईक तसेच विश्वातील प्रत्येक राष्ट्रपती आपला स्वसंवाद बदलून एक-दुसऱ्यांसाठी प्रार्थना करायला लागले, तर सगळ्या नात्यांतील आणि राष्ट्राराष्ट्रांतील द्वेष नष्ट होईल, ही स्वसंवादाची जादू नाही का!

स्वतःच्या धर्माचा मान-सन्मान करणं चांगलं आहे.
स्वतःचा धर्म धारण करून त्यानुसार वागणं योग्य आहे.
पण स्वतःच्या धर्माशी एकरूप होणं सर्वोत्तम आहे.

स्वसंवादातून नष्ट करू पैशाची चिंता

धन नाही, धन्यवाद द्या

बऱ्याच लोकांची अशी तक्रार असते, 'माझ्याजवळ पैसा कधी टिकतच नाही, मला नेहमी पैशांची चणचण भासते.'

तर काही लोक म्हणतात, ''माझ्या खिशात पाचशे-हजाराची नोट असते. जोपर्यंत ती नोट मी सुटी करून घेत नाही, तोपर्यंत आठ- दहा दिवस तशीच्या तशी राहते. पण एकदा का ती सुटी करून घेतली की संपलं! पैसे कधी संपतात हे कळतच नाही.''

काही जण म्हणतात, ''शंभर-पाचशे रुपयांचं बंडल जोपर्यंत पॅक असतं, सुटलेलं नसतं, तोपर्यंतच टिकतं. एकदा का बंडल सोडलं की कळत नाही कसे पैसे संपले ते. अख्खं बंडल

खर्च व्हायला वेळ लागत नाही.''

पण हे असं का होतं? खरंतर आपला स्वतःशी चालू असलेला स्वसंवादच या सर्व गोष्टींना कारणीभूत असतो. पैशाच्या बाबतीत अतिशय चुकीचा स्वसंवाद आपण स्वतःशी करत असतो. आजपर्यंत अनेक लोकांच्या तक्रारी, कुरबुरी आपण ऐकल्या असतील. त्यांचं म्हणणं असतं, 'या महिन्यात लाइट बिल सहाशे रुपये आलं.' तर कुणी म्हणतं, 'बाप रे! या वेळी टेलिफोनचं बिल बाराशे रुपये आलं,' कुणी म्हणतं, 'आज पेट्रोलला पाचशे रुपये गेले.' इतकंच नाही, तर एखाद्या वेळेस पती-पत्नी अगदी आवडीने एखाद्या हॉटेलमध्ये जातात. पाचशे रुपये बिल येतं. पती म्हणतो, 'गेले ना पाचशे रुपये? घरीच जेवलो असतो तर बरं झालं असतं.' एखादी महिला हौसेने दोन ड्रेस घेते आणि अठराशे रुपये गेले म्हणत चिंता करत बसते.

अशा प्रकारे सगळ्यांचं लक्ष कुठे असतं? दिवसभर आपण पैसे खर्च करतो आणि त्या बदल्यात काही गोष्टींची खरेदी करतो. मग स्वतःशीच म्हणतो, 'पैसे गेले, पैसे संपले.' पण आपण हा विचार करत नाही, की पैसे गेले, त्या बदल्यात काय मिळालं?

आता तुम्ही म्हणता, पेट्रोलसाठी पाचशे रुपये गेले. पण, त्या पाचशे रुपयांत जे पेट्रोल तुम्हाला मिळालं, त्यामुळे तुम्ही एका ठिकाणाहून दुसऱ्या ठिकाणी सहजपणे ये-जा करू शकलात. तुमच्या वेळेची व श्रमाची बचत झाली. पण या गोष्टीकडे आपलं लक्ष नसतं. आपण आपल्या कुटुंबीयांबरोबर, मित्र-मैत्रिणींबरोबर कधी हॉटेलमध्ये गेलो, मौजमजा केली, तर खरंतर त्यामुळे एकमेकांना आनंद मिळतो, समाधान मिळतं, मुलांमध्ये विश्वास तयार होतो; पण आपलं लक्ष कुठे असतं, तर माझं काय गेलं?

मात्र आपलं लक्ष आपल्याकडे काय आलं, यावर असायला हवं. या जगामध्ये जेव्हा आपण एखादी वस्तू देतो, तेव्हा त्या बदल्यात आपल्याकडे काहीतरी येतंच. आपले पैसे बेकार जात नाहीत. काही ना काही तरी येतच असतं.

तुम्ही पैसे त्यासाठीच तर कमवत असता, खर्च करत असता. आपलं लक्ष काय मिळालं, काय आलं, यावर असायला हवं. याचा अर्थ नको तो खर्च करणं, बेपर्वाईने पैसे उडविणं असा नक्कीच नाही. मध्यम मार्ग अवलंबून पैशांचा वापर व्हायला हवा. आपला स्वसंवाद योग्य मार्गाने असेल, तर भविष्यात तो आपल्याला नक्कीच आनंद मिळवून देईल; पण स्वसंवाद जर दुःखद असेल, तर भविष्यात दुःख आणि भविष्याचं ओझं आणेल.

आपल्याला माहीत आहे, की आनंदित व्यक्ती कधीही कोणाला दुःखी करू शकत नाही. ज्याचा स्वसंवाद आनंदाकडे मार्गक्रमण करतो, तो नेहमी आनंदातच राहतो. पण जेव्हा स्वसंवाद 'काय गेलं' यावर चालला असेल, तर दुःखी होणं क्रमप्राप्तच असतं.

एखादं पुस्तक विकत घेतल्यास 'शंभर रुपये गेले' असं म्हणणं चांगलं, की 'एक चांगलं पुस्तक आलं, ज्ञान मिळालं' असं म्हणणं चांगलं?

डॉक्टरांकडे गेल्यानंतर, 'इतके पैसे गेले' असं म्हणणं चांगलं, की 'मी बरा झालो, मला आरोग्य मिळालं' हे म्हणणं चांगलं? आपला स्वसंवाद कशा प्रकारे व्हायला हवा? आपला स्वसंवाद नेहमी सकारात्मक बाजूला धरूनच चालायला हवा. हेच आर्थिक सफलतेचं रहस्य आहे.

एका सज्जन गृहस्थाने एकदा प्रश्न विचारला, ''मी मुंबईला गेलो होतो. लोकलमधून प्रवास करताना कुणीतरी माझं पाकीट मारलं. त्यात हजार रुपये होते. मग माझे हजार रुपये गेलेच ना? या घटनेमध्ये माझा स्वसंवाद नकारात्मक होणारच ना?''

हे उदाहरण वाचून तुम्हाला काय वाटतं? हे खरं बोलताहेत? या घटनेमध्ये पैसे गेले आणि बदल्यात काहीच मिळालं नाही? हे खरं आहे? निश्चितच नाही.

आपण असं म्हणू शकत नाही, कारण तुम्हाला अशा वेळेस पैसे कुठं ठेवायचे आणि कुठं ठेवायचे नाहीत, याचा एक चांगला अनुभव मिळाला. जीवनाचा एक कठोर अनुभव तर मिळाला. पृथ्वीवर तर असे अनेक धडे शिकायचे आहेत. काही धडे या प्रवासात (ट्रेन) धक्के खाऊन मिळतात, धक्का खाल्ल्यानंतर उलट धक्का देणं, अशी चुकीची शिकवण यातून घेऊ नका. अशा धक्क्यानंतर आपल्या स्वसंवादाला 'धन्यवाद' द्यायला शिका.

शरीराने रोज झोप घेणं चांगलं आहे.
मनाने रोज आराम करणं अतिशय चांगलं आहे.
पण सेल्फ (स्व) ने तेजसमाधी अवस्थेत जाणं अतिउत्तम आहे.

स्वसंवादातून आपलं कार्य सशक्त करा

रचनात्मक कार्य करताना बहाणे देऊ नका

बऱ्याच वेळा आपल्या आजूबाजूला ज्या घटना घडत असतात, त्या आपल्याला जशा वाटतात, इतरांनाही तशाच वाटत असतील, असंच वाटतं. पण प्रत्यक्षात तसं नसतं. एकाच घटनेकडे प्रत्येक माणूस वेगवेगळ्या पद्धतीने बघत असतो आणि त्याचा अनुभवही घेत असतो. कोणतीही घटना पाहिल्यावर प्रत्येकाच्या मनात निरनिराळा संवाद-स्वसंवाद चालू होतो. बाहेरून बघताना प्रत्येकासाठी ती घटना एकसारखी वाटत असली, तरी त्याचा परिणाम मात्र सगळ्यांवर वेगवेगळ्या पद्धतीने होत असतो.

तुम्ही कधी एखाद्या हमालाला पाहिलं आहे का? जेव्हा तो सामान उचलतो, तेव्हा

त्याच्या मनात कोणते स्वसंवाद चालू असतील? त्याचा स्वसंवाद त्याला नक्कीच असं सांगत असेल, 'मला नेहमीच लोकांची ओझी वाहून न्यावी लागतात. काही माणसं एवढं भरभरून सामान का नेतात... माझं आयुष्य असंच दुःखी-कष्टी जाणार का... माझा हा बोजा कधी हलका होणार...' असेच नकारात्मक स्वसंवाद त्याच्या मनात सतत चालू असतील.

याउलट, तुम्ही कधी एखादा पहिलवान बघितला आहे का? किती तरी जड वजनं उचलून तो खाली ठेवत असतो. तोसुद्धा वजनच उचलत असतो, पण मग त्याच्या मनात कोणता स्वसंवाद चालू असतो? तो स्वतःला सांगतो, 'मला माझी तब्येत चांगली सुदृढ ठेवायची आहे, त्यासाठी अशी वजनं उचलून माझी ताकद वाढवली पाहिजे. खरंतर मी यापेक्षाही जास्त वजन उचलू शकतो. मला जगातील सर्वांत ताकदवान, जास्त वजन उचलणारा पहिलवान म्हणून गौरव मिळवायचा आहे.' अशा सकारात्मक स्वसंवादांनी जेव्हा तो वजन उचलेल, तेव्हा तो पहिल्यापेक्षा जास्त मजबूत व ताकदवान बनेल.

जे काम हमालाला ओझं वाटतं, तेच काम एका पहिलवानाला ताकदवान बनण्याचं साधन वाटतं. तसं पाहिलं तर दोघांचं काम बाहेरून सारखंच दिसतं, वजन उचलणं! पण त्याचा परिणाम दोघांवर वेगवेगळा होतो. ते काम करीत असताना दोघांच्या मनात जे स्वसंवाद चालू असतात, त्यावर त्यांचं परिवर्तन अवलंबून असतं. वजन उचलल्यानंतर हमाल जेव्हा स्वतःला घाम आल्याचं पाहतो, तेव्हा त्याच्या मनात येतं, 'माझं रक्तसुद्धा घामासारखं वाहून चाललं आहे.' पण हाच घाम जेव्हा तो पहिलवान पाहतो, तेव्हा त्याला वाटतं, 'माझ्या घामाच्या प्रत्येक थेंबाचं रूपांतर शक्तीत, ताकदीमध्ये होत आहे. घाम येणं ही तर माझ्या कामाची मिळालेली पावती आहे. उद्या मी यापेक्षा जास्त काम करेन, जास्त घाम गाळेन.'

हमालाचे कपडेसुद्धा त्याचा दुबळेपणा, त्याची कमजोरी दर्शवितात. पण पहिलवानाचा पोशाख नेहमी योग्य आणि त्याच्या सुदृढ शरीराची जाणीव करून देणारा असतो. खरं म्हणजे या दोघांच्या कामाचं स्वरूप एकच आहे, परंतु फरक आहे तो त्या कामाविषयी त्यांच्या मनात चाललेल्या स्वसंवादाचा! याच फरकामुळे हमाल अनेक आजारांना, दुःखांना आमंत्रित करतो, तर पहिलवान चांगली तब्येत, सुदृढ आरोग्य यांना आकर्षित करतो.

यासाठी कोणतंही काम करताना आपण स्वतःला एक प्रश्न अवश्य विचारा, 'जे काम मी आत्ता करत आहे, ते हमालासारखा विचार करून, की पहिलवानासारखा

विचार करून?' हा स्वसंवाद जाणून घेणं खूप महत्त्वाचं आहे. कारण स्वसंवादांचा प्रभाव केवळ आपल्या शरीराच्या अवयवांवर पडत नाही, तर जीवनाच्या सर्व मानसिक, सामाजिक व आर्थिक भागांवरही त्याचा प्रभाव पडत असतो.

आणखी एका उदाहरणावरून आपण ही गोष्ट समजून घेऊ या.

एकदा एका बूट तयार करणाऱ्या कंपनीने आपल्या दोन लोकांना आफ्रिकेला पाठविलं. ते दोघेही त्या कंपनीच्या मार्केटिंग डिपार्टमेंटमधील सेल्समन होते. खरंतर कंपनीने त्यांना मुद्दामच आफ्रिकेला पाठविलं होतं. तिथे आपल्या कंपनीचा विस्तार कसा होऊ शकतो, याचा अंदाज घेण्यासाठी ते तेथे गेले होते. आपल्या कंपनीच्या बुटांना तेथे कशा प्रकारे मागणी मिळू शकेल, याचा शोध त्यांना घ्यायचा होता.

त्यांनी आफ्रिकेला पोहोचल्यानंतर तेथील बाजारपेठांत चौकशी केली. तेव्हा त्यांच्या लक्षात आलं, आफ्रिकेत कुणी बूट विकत घेतच नाहीत. लगेच त्यातील एका सेल्समनने ही बातमी आपल्या कंपनीला दिली, 'इथे कुणी बूट वापरतच नाही. बूट कसे असतात, ते कसे वापरायचे, हेसुद्धा त्यांना माहीत नाही. त्यामुळे आपल्या कंपनीचेच काय, पण कुठल्याच कंपनीचे बूट इथे चालणार नाहीत. म्हणून मी उद्या भारतात परत यायला निघतोय.'

त्यापैकी दुसरा जो सेल्समन होता, त्यानेही आपल्या कंपनीत बातमी दिली. त्याने सांगितलं, 'इथे बूट हा प्रकार कोणालाच माहीत नाही, त्यामुळे बूट कोणी वापरतच नाही. म्हणून मी त्यांना बुटांचं महत्त्व पटवून देत आहे. शिवाय, ते कसे वापरायचे याचं प्रात्यक्षिकही देत आहे. बुटांविषयी ऐकल्यावर बरेच लोक बूट घेण्यासाठी तयारही झाले आहेत. तुम्ही जेवढे नग तयार झाले असतील, तेवढे सगळे लवकरात लवकर इकडे पाठवा आणि शक्य झाल्यास माझ्या मदतीला आणखी एक-दोघांनाही पाठवा. कामाचा पसारा वाढत आहे, त्यामुळे मी लवकर येऊ शकणार नाही.'

या घटनेत दोन्ही सेल्समनच्या बाबतीत एकच गोष्ट घडली होती; पण त्या घटनेकडे पाहण्याचा दृष्टिकोन पूर्ण भिन्न असल्याने दोघांचे प्रतिसादही वेगवेगळे होते. यावरून आपल्याला आपल्या बाबतीतही अशी घटना घडली, तर त्यापासून लगेच दूर जायचं, की तिथेच थांबून त्या घटनेचा फायदा करून घ्यायचा? हे लक्षात घ्यायचंय. अन्यथा बऱ्याच वेळा लोक घाबरून किंवा विचार न करताच सबबी देऊन काम करणंच बंद करून टाकतात.

आपण खूप लोकांचं असं बोलणं ऐकलं असेल, 'अरे, हे जर तसं असतं तर मी नक्कीच काही तरी करू शकलो असतो, हे असं असतं तर फारच बरं झालं असतं... मी जर पूर्वीच्या काळी जन्मलो असतो तर नक्कीच एखादा शोध लावू शकलो असतो. आताच्या या युगात शोध लावण्यासारखं काही राहिलंच नाही... जर मी न्यूटन, एडिसन किंवा जेम्स वॅटच्या जमान्यात जन्मलो असतो, तर निश्चितच नवीन विचार करून एखादी क्रांती घडवून आणली असती...' असे एक ना अनेक आपले स्वसंवाद चालूच असतात.

एकदा एका इंटिरियर डेकोरेटरने स्वतःचा एक अनुभव सांगितला. तो म्हणाला, ''मी खूप क्रिएटिव्ह (सर्जनशील) आहे. माझ्याजवळ नवनवीन भरपूर कल्पना आहेत. पण सध्या मी खूप वैतागलो आहे.'' याचं कारण त्याला विचारताच तो म्हणाला, ''एकच गोष्ट किती वेळा चघळायची? म्हणजेच किती वेळा त्यावर काम करायचं? त्याला काही मर्यादा असल्या पाहिजेत. मी एका माणसाला त्याच्या घरासाठी वेगवेगळ्या डिझाइनमध्ये नकाशे बनवून दिले; पण प्रत्येक वेळी नकाशा दाखविल्यानंतर त्याला तो आवडायचा नाही. यापेक्षा अजून काहीतरी वेगळं करावं असं तो सारखा म्हणायचा. आता मला सांगा, एकच काम किती वेळा, किती पद्धतींनी करायचं? मी फार वैतागलो आणि शेवटी ते कामच सोडून दिलं.''

खरं म्हणजे अशा प्रकारे बोलणाऱ्या लोकांना समज मिळणं आवश्यक आहे. त्यांना सांगायला हवं, की एक तर तुम्ही स्वतःची तुलना पूर्वीच्या वैज्ञानिकांबरोबर कधीच करू नका, अन्यथा त्यांच्याप्रमाणे काम करायला तयार व्हा. एडिसनने जेव्हा १०,००० प्रयोग करून पाहिले, तेव्हा कुठे विजेचा शोध लागला. कदाचित हे आपल्याला माहीत असेलच. एडिसनला जेव्हा विचारण्यात आलं, 'तुमचे ९९९९ प्रयोग अयशस्वी झाले, त्याचं काय?' त्यावर एडिसनने खूप सुंदर उत्तर दिलं. ते म्हणाले, 'ते प्रयोग अयशस्वी कसे असतील? मी तर अशी ९९९९ मिश्रणं जाणतो, ज्यांतून विजेची निर्मिती होऊच शकत नाही.' आपल्याला काय करायचं आहे हे जाणणं, यातच सफलता आहे. त्याचप्रमाणे आपल्याला काय करायचं नाही, हे समजून घेणंसुद्धा एक प्रकारची सफलताच आहे.

बहुधा त्यांच्या याच स्वसंवादामुळे इतके प्रयोग करून बघण्याची प्रेरणा त्यांना मिळाली असेल. जर हीच प्रेरणा त्या इंटिरियर डेकोरेटरला मिळाली असती, तर सात प्रयोग करून काम सोडून न देता त्याने आणखी प्रयोग करून पाहिले असते.

खरंतर आजच्या युगातही नवीन प्रयोग करण्यासाठी, नवीन शोध घेण्यासाठी भरपूर संधी आहेत. त्यासाठी केवळ सतत प्रयत्न व नवनवीन प्रयोग करण्याची तयारी हवी. शिवाय ते करताना त्याचा मूळ पाया, म्हणजे आपला स्वसंवाद सकारात्मक असणंदेखील आवश्यक आहे.

सकाळी लवकर उठून आपली कामं पूर्ण करणं चांगलं आहे.
सकाळी उठल्यावर आधी प्रार्थना करणं जास्त चांगलं आहे.
पण सकाळी उठल्यावर दुसऱ्यांदा
झोपेतून उठणं, जागृत होणं सर्वोत्तम आहे.

भाग ७

स्वसंवादातून कार्याची पूर्णता कशी कराल

एक प्रभावशाली कार्यप्रणाली

काही लोकांमध्ये अनेक गुण असतात, भरपूर क्षमता असते; तरीसुद्धा त्या गुणांचा उपयोग ते आपल्या जीवनात करू शकत नाहीत. काही लोकांची तर अशी समस्या असते, की ते सर्वगुणसंपन्न असूनही त्यांच्यामध्ये कार्यकुशलता नसते. काही लोक कार्यकुशल असतात, त्यांच्याकडे कार्यक्षमताही जास्त असते; पण तरीही त्यांचा प्रभाव कमी पडतो.

कार्यक्षमता चांगली किंवा वाईट असण्याचं मुख्य कारण आहे, आपला स्वसंवाद. तुमचा स्वसंवादच तुमची कार्यक्षमता कशी वाढवीत असतो, हे एका उदाहरणावरून पाहू या.

एका कंपनीत दोन असे कर्मचारी होते,

ज्यांची निवड कंपनीच्या मॅनेजर पदासाठी केली होती. त्यांच्यापैकी एकाचं नाव होतं 'वेंधळे', ते नेहमी गोंधळलेले, गडबडलेले असायचे. तर दुसऱ्याचे नाव होते 'नेटके'. नेटके मात्र सर्व बाबतींत नीटनेटके, व्यवस्थित होते. त्यांचं प्रत्येक काम अगदी चोख आणि योग्य पद्धतीने केलेलं असायचं. त्यांची कार्यक्षमता अतिशय उत्तम होती. त्यांच्या प्रभावी कार्यप्रणालीमुळे त्यांना प्रत्येक कामात यश मिळायचं.

दोघांची कार्यक्षमता किती आहे आणि कंपनीच्या कामावर त्यांच्या वागणुकीचा काय परिणाम होतो ते कंपनीने पाहिलं. ते दोघे चांगले की वाईट, हे पाहण्यापेक्षा कंपनीसाठी ते कसं काम करतात, याचं कंपनीने परीक्षण केलं. तेव्हा त्यांच्या लक्षात आलं, की वेंधळे यांचं प्रत्येक काम अपूर्ण असून, प्रत्येक कामात काही ना काही गडबड घोटाळा आहे. शिवाय, एका वेळी एकच काम कसंबसं पूर्ण व्हायचं, त्यामुळे दुसरी कामं तशीच बाजूला पडायची. पण त्यातल्या त्यात समाधानाची एक गोष्ट अशी होती, की हातात घेतलेली कामं पूर्ण झाल्याशिवाय त्यांना चैनच पडत नसे. त्यामुळे किमान तेवढं एक तरी काम पूर्ण होत असे.

मात्र नेटके यांचं प्रत्येक काम पूर्ण असायचं. योग्य विचार करून प्रत्येक गोष्टीचं ते नियोजन करीत असत. प्रत्येक काम वेळच्या वेळी आणि योग्य तऱ्हेने पूर्ण केलेलं असायचं. कामात टापटीप होती. त्यांची वागणूक व विचारही चांगले असल्यामुळे ऑफिसमध्ये सर्वच लोक त्यांच्यावर खूश असायचे.

वेंधळे यांच्या बाबतीत मात्र त्यांच्या गडबड्या स्वभावामुळे लोकांशी त्यांचं फारसं पटत नव्हतं. ज्यांचं काम त्यांच्याकडून पूर्ण व्हायचं, तेवढे दोन-तीन लोकच त्यांच्यावर खूश असायचे. इतर लोक मात्र त्यांच्या कामावर नाराज होते. वेंधळे यांची स्वतःबाबतही अशी तक्रार होती, 'मी सकाळी लवकर उठत नाही... उठल्यावर मला आवरायला इतका वेळ लागतो, की त्या गडबडीत कामाचे काही पेपर बॅगेतून काढले, तर ते तसेच गादीवर राहतात. मग मी तसाच बॅग घेऊन बाहेर पडतो. कित्येकदा माझा मोबाईलसुद्धा घरीच राहतो. कधी बरोबर आणलाच तर तो ऑफिसमध्ये राहतो. बऱ्याचदा असं होतं, की जिने उतरून खाली आल्यानंतर समोर गाडी बघितल्यावरच मला गाडीच्या किल्लीची आठवण होते. मग मी तसाच धावत पुन्हा वर जातो आणि किल्ली घेऊन येतो. त्यामुळे मला ऑफिसमध्ये पोहोचायला बऱ्याचदा उशीरच होतो.'

त्यांची अशी तक्रार ऐकून कंपनीने त्यांच्याविषयी बरीच माहिती काढली, तेव्हा त्यांच्या लक्षात आलं, की रोज सकाळी उठल्यावर वेंधळ्यांचा असा स्वसंवाद चालायचा.

'आता मला ऑफिसला जायचंय, मग आधी अंघोळ करावी लागेल... अद्याप चहा - नाष्टा करणं बाकी आहे... बॅग भरायची आहे... कपड्यांना इस्त्री करायची आहे... आज ऑफिसमध्ये नऊ वाजेपर्यंत पोहोचायचं आहे... अमुक एक फाइल द्यायची आहे... अमुक तमुक माणसाला फोन करायचा आहे... काल अर्धवट राहिलेलं काम आज पूर्ण करायचंय...' असे दिशाहीन स्वसंवाद उठल्यापासूनच त्यांच्या मनात सुरू व्हायचे. मग ते त्याच विचारचक्रात अडकून पडल्याने त्यांच्या प्रत्येक कामात व्यत्यय यायचा, गोंधळ उडायचा.

इकडे नेटक्यांच्या बाबतीत मात्र अगदी विरुद्ध होतं. त्यांचा स्वसंवाद नेहमी योग्य दिशेने चालायचा. त्यांच्या विचारात सुसूत्रता होती, नियमबद्धता होती. दोघांच्या स्वसंवादांतील फरक लक्षात आल्यानंतर वेंधळ्यांना त्यांचा स्वसंवाद बदलण्याचा सल्ला दिला आणि त्यांना नेटक्यांच्या कार्यप्रणालीनुसार आठ दिवस प्रयोग म्हणून काम करायला सांगितलं.

वेंधळ्यांना सांगितलं गेलं, 'जेव्हा तुम्ही कोणतंही कार्य कराल, तेव्हा अगोदर हा विचार करा, यातील कुठली गोष्ट तुमच्यासाठी सगळ्यांत जास्त महत्त्वाची आहे?' जसं, 'तुम्ही सकाळी उठाल, तेव्हा स्वतःला विचारा, मला नऊ वाजता निघायचं आहे का? मग त्यासाठी लगेच अंघोळ करावी लागेल. अंघोळीला जायच्या अगोदर हा स्वसंवाद करा, की अंघोळ करताना आणि नंतर मला काय लागेल? टॉवेल, कपडे इत्यादी. मग जे काही आवश्यक आहे, तेच घेऊन अंघोळीला जा. अंघोळ करताना, दाढी करताना, 'आज मला कुठल्या प्रकारचे कपडे घालायचे आहेत,' हा विचार करा. हे निर्णय विचारामध्ये घेऊनच बाथरूममधून बाहेर या. तयार होताना विचार करा, 'ऑफिसमध्ये जाताना मला कोणत्या गोष्टी घेऊन जायच्या आहेत?' त्या लगेच बॅगेत ठेवून द्या. मग नाष्ट्यासाठी बसा. नाष्टा करताना स्वतःला सांगा, 'मी प्रत्येक विचार पूर्ण करेन.' मग विचार करा, 'ऑफिसमध्ये जाण्यासाठी माझ्याकडे तीन रस्ते आहेत. एक रस्ता आहे 'ए', तर दुसरा 'बी' आणि तिसरा रस्ता आहे 'सी'. यांपैकी कोणत्या रस्त्याने मी जाणार आहे, कुठल्या रस्त्यावर गर्दी कमी असेल?' हा विचार पूर्ण करूनच आपल्या जागेवरून उठा. अशा तऱ्हेने आपलं प्रत्येक काम पूर्ण करा.

ड्रायव्हिंग करून जेव्हा ऑफिसमध्ये पोहोचाल, तेव्हा दहा मिनिटं स्वतःला द्या. दहा मिनिटांत केबिनमध्ये कोणाला येऊ देऊ नका. त्यावेळी हा विचार करा, 'आज मला कुठली तीन मुख्य कामं पूर्ण करायची आहेत, जी मला आधी करायला हवीत?'

या आठ दिवसांच्या प्रयोगानंतर असं लक्षात येईल, ‘मला हे करायचंय, ते करायचंय, हे काम बाकी आहे, ते काम पूर्ण करायचंय, अशा अनेक विचारांचा जो गोंधळ वेंधळेपणाने आधी होत होता, तो आता पूर्णपणे थांबलाय.’ स्वसंवाद जर अपूर्ण असेल तर त्रासच होतो. स्वसंवाद पूर्ण झाला तरच स्वातंत्र्य मिळतं. एखादी गोष्ट जर तुमच्या मनात अपूर्ण असेल, तर जोपर्यंत त्याचं समाधान अंतर्मनाला जाणवत नाही, तोपर्यंत तुमच्यात ती गोष्ट खदखदत राहते. मग ती गोष्ट कुठल्याही गोष्टीशी संबंधित असो.

हीच गोष्ट आणखी एका उदाहरणावरून आपण वेगळ्या पद्धतीने समजावून घेऊ या. यातून नवीन पैलू दिसेल.

शर्मा नावाचे एक गृहस्थ होते. एक दिवस ते खूप अस्वस्थ दिसत होते. तेव्हा त्यांच्या पत्नीच्या लक्षात आलं, की यांचं लक्ष ना टीव्ही बघण्यात, ना खाण्या-पिण्यात आहे, तरी त्या काही बोलल्या नाहीत. रात्री झोपतानाही ते अस्वस्थच होते. त्यांना नीट झोप येत नव्हती. सारखे या कुशीवरून त्या कुशीवर वळत होते. त्यांच्या चेहऱ्यावर बेचैनी स्पष्ट जाणवत होती. न राहवून मिसेस शर्मांनी त्यांना हलवून विचारलं,

‘आज काय झालंय तुम्हाला? नक्की कोणत्या गोष्टीमुळे तुम्ही एवढे अस्वस्थ झाला आहात ते आधी सांगा बरं मला.’

‘अगं, काय सांगू तुला, खरंच आज मला खूप त्रास होतोय.’ शर्मांच्या आवाजात नैराश्य जाणवत होते. ‘मि. वर्मांकडून मी काही पैसे उधार घेतले होते आणि उद्या सकाळी दहा वाजेपर्यंत मी सगळे पैसे परत करतो, असं त्यांना सांगितलं होतं.’

‘मग! त्यात काय एवढं? देऊन टाका त्यांचे सगळे पैसे!’ मिसेस शर्मा सहजतेने म्हणाल्या.

‘अगं, कुठून देऊ मी एवढे पैसे? माझ्याजवळ तर पैसेच नाहीत.’ मि. शर्मा खाली मान घालत पुढे म्हणाले, ‘आठवण करून देण्यासाठी सकाळीच त्यांनी फोन केला आणि उद्या सकाळी दहा वाजता येऊन पैसे परत करा, असं सांगून फोन ठेवून दिला. खरंतर त्यांना ‘आत्ता शक्य नाही’ असं मला सांगायचं होतं; पण तोंडातून पटकन ‘हो, येतो’ असं निघून गेलं. आता उद्या सकाळी त्यांना पैसे परत द्यावेच लागतील. कुठून आणू मी एवढे पैसे?’ शर्मा नाराजीच्या सुरात बोलत होते.

शर्माजी बोलत होते आणि त्यांची बायको शांतपणे ऐकत होती. अचानक त्यांच्या

बायकोच्या चेहऱ्यावरचे भाव बदलले. हसत हसत त्या म्हणाल्या, 'तुम्ही मला वर्मांचा फोन नंबर द्या.'

शर्मांना काही सुचेनासं झालं.

आत्ता एवढ्या रात्री फोन कशाला, असा विचार चालू असतानाच मिसेस शर्मा म्हणाल्या, 'देताय ना नंबर? द्या पटकन.'

शर्मांनी घाबरतच बायकोकडे वर्मांचा फोन नंबर दिला. मिसेस शर्मांनी फोन जवळ घेऊन वर्मांचा नंबर डायल केला. नेमका वर्मांनीच फोन उचलला. त्यांनी हॅलो म्हणताच मिसेस शर्मा म्हणाल्या, 'नमस्कार मि. वर्मा, मी मिसेस शर्मा बोलतीये. सॉरी, एवढ्या उशिरा फोन केला म्हणून, पण एक सांगायचं होतं, की माझ्या मिस्टरांनी सकाळी दहा वाजता पैसे परत करतो असं सांगितलं होतं, पण आत्ता त्यांच्याजवळ एवढे पैसे नाहीत. त्यामुळे आम्ही तुमचे पैसे परत करतेवेळी फोन करून आधी नक्की कळवू. धन्यवाद!' असं म्हणून त्यांनी फोन ठेवूनही दिला.

आपल्या बायकोचं बोलणं शर्माजी ऐकत होते. तिचा धीटपणा पाहून त्यांनाही समाधान वाटलं. आता ते थोडे निश्चिंत झाले होते. चादर ओढून ते शांतपणे झोपून गेले.

पण तिकडे मात्र वर्मांची झोप चांगलीच उडाली. आता त्यांच्या मनात अनेक प्रकारचे स्वसंवाद सुरू झाले, 'हे लोक मला उद्या पैसे देणार नाहीत. मग त्यांनी आधी 'हो' म्हणून का सांगितलं? आता वादविवाद करून तरी काय उपयोग? मी तरी अचानक पैशांची व्यवस्था कुठून करणार?'

या घटनेमध्ये एकाचा स्वसंवाद पूर्णपणे थांबला, त्याच्या विचारांना पूर्णता मिळाली, त्यामुळे त्याला होणारा त्रासही थांबला; पण दुसऱ्याचा स्वसंवाद पूर्ण नकारात्मक झाला. जोपर्यंत आता त्याच्या स्वसंवादाला पूर्णता मिळत नाही तोपर्यंत त्याचा नकारात्मक स्वसंवाद तसाच चालू राहणार.

आपण स्वसंवाद पूर्ण केला, पूर्णता केली, तर आपला बराचसा वेळही वाचतो आणि आपली कार्यक्षमताही वाढते.

मात्र, जोपर्यंत आपला नकारात्मक स्वसंवाद चालू असतो, तोपर्यंत कोणत्याही कामात आपलं लक्ष लागत नाही. आपलं मन शांत राहत नाही. कित्येक लोकांबाबत दिवसभर असंच चालतं.

अशा पद्धतीने आठ दिवसांच्या प्रयोगानंतर वेंधळ्यांना लहान लहान स्वसंवाद पूर्ण करण्याची सवय लागली. 'मी हे करू की ते करू? हे सांगू की नको सांगू?' अशा प्रकारे जिथे त्यांचा स्वसंवाद एक तास चालायचा, तिथे काही वेळातच त्यांचा संवाद पूर्ण व्हायला लागला.

वेंधळ्यांनी कामाच्या सुरुवातीला दहा मिनिटं योग्य प्रणालीनुसार काम केलं. त्यामुळे दिवसभरातील कार्य व निर्णय आपोआप योग्य प्रकारे व्हायला लागले. त्यांचा स्वसंवाद मुद्देसूद, ऑर्गनाइज होणं सुरू झालं. स्वसंवादाला अनुशासन, दिशा मिळण्यास सुरुवात झाली. वेंधळ्यांनी आठ दिवसांची सर्व कामं कागदावर लिहून काढली. मुख्य कामं बोर्डावर लिहिली. कोणत्या वेळी कोणती कामं करायची आहेत, तसंच स्नान, कपडे घालणे, कोणते पेपर्स घ्यायचे, या गोष्टी आधीच ठरवून ठेवल्या. यामुळे विनाकारण चालणारा त्यांचा चाळीस ते पन्नास टक्के स्वसंवाद पूर्णपणे बंद झाला. मॅनेजर वेंधळेही मॅनेजर नेटकेंसारखे प्रभावी मॅनेजर बनले.

भुकेलेल्यास भाजी-मंडईचा रस्ता दाखवणं ठीक आहे,
भुकेलेल्यास भाकरी खायला देणं चांगलं आहे,
भुकेलेल्यास भाकरी देऊन बीज पेरण्यास शिकवणं सर्वोत्तम आहे.

आपला रिमोट कंट्रोल कसा प्राप्त करावा ❏ ११९

भाग ८

तुरुंगात की आनंदात
स्वसंवादाने दोषमुक्त व्हा

"स*रश्री*, अनेक वर्षांपासून एक घटना मला खूप त्रास देत आहे. आज ती घटना मला तुम्हाला सांगायची आहे.'' तीस वर्षांचा अनिकेत नावाचा तरुण माझ्यासमोर बसला होता, त्याचे हे शब्द होते. त्याच्या चेहऱ्यावरून त्याला होणारा त्रास स्पष्ट जाणवत होता. कदाचित त्याला सांगायची भीती वाटत असावी.

"हे बघ, घाबरू नकोस. जे काही सांगायचं आहे ते अगदी मोकळेपणाने मला सांग.'' मी त्याला धीर देत म्हटलं. एक मोठा श्वास घेत अनिकेतने बोलायला सुरुवात केली.

"सरश्री, साधारण दहा एक वर्षं झाली असतील त्या घटनेला. माझ्या वडिलांच्या

मृत्यूनंतर मी ज्या लोकांवर विश्वास ठेवला, त्यांनीच माझा विश्वासघात केला. खरं सांगायचं तर बाहेरच्या लोकांविषयी माझी काहीच तक्रार नाही, ते तर बाहेरचे होते, पण...'' बोलता बोलता त्याच्या डोळ्यांतून घळाघळा पाणी वाहू लागलं. ''माझ्या घरच्या लोकांनीसुद्धा मला अशी वागणूक दिली, की मी त्यांना कधीच माफ करू शकत नाही. ते सगळे माझ्या नजरेसमोर आले तरी मला खूप त्रास होतो. त्यांना समोर पाहिल्यावर एक तर त्यांचा जीव घ्यावासा वाटतो किंवा आपणच जीव द्यावा असं वाटतं.'' दोन्ही हातांनी डोळे पुसत तो सांगत होता.

''सरश्री, बारा वर्षांपूर्वी माझ्या वडिलांचा मृत्यू झाला. त्या वेळी मी फक्त सतरा वर्षांचा होतो. मग पुढच्या शिक्षणासाठी मी शहरात आलो. वडिलांचा अचानक मृत्यू झाल्यामुळे मी अंत्यसंस्काराच्या वेळी तिथे नव्हतो, त्यामुळे त्यांचं शेवटचं दर्शनही मला झालं नाही. नंतर मी गावी गेलो, दोन दिवस राहिलो, पण पुढच्या शिक्षणासाठी शहरात परत आलो. कॉलेजला जायला सुरुवात केली. आता आमच्या घराला मोठ्या भावाचाच आधार होता. माझ्या बहिणीचं लग्न आधीच झालेलं होतं आणि मी तर शहरात होतो. बारावीत असल्यामुळे माझा अभ्यास जोरात चालू होता. मी स्वतःला सावरलं, दुःख आवरलं. कारण मला चांगले मार्क्स मिळवून माझ्या वडिलांची इच्छा पूर्ण करायची होती. मी अगदी मनापासून माझ्या अभ्यासाला सुरुवात केली होती. त्यानंतर माझी परीक्षा झाली. मला खूप चांगले मार्क्स पडले, त्यामुळे मेडिकल कॉलेजला मला ॲडमिशन मिळत होती. पण त्यासाठी एका आठवड्यात फी भरणं आवश्यक होतं. मी अगदी खुशीत गावी गेलो. मेडिकलला ॲडमिशन मिळतेय हे ऐकल्यावर माझ्या आईला खूप आनंद झाला. 'माझा मुलगा डॉक्टर होणार,' या विचाराने आईचा आनंद गगनात मावत नव्हता.'' हे सांगत असताना त्याच्या डोळ्यांत चमक होती.

''मोठ्या भावालाही हे ऐकून खूप बरं वाटलं.'' त्याने पुढे सांगायला सुरुवात केली. ''रात्री जेवताना मी मोठ्या भावाला सांगितलं, 'दादा, मला एक आठवड्याच्या आत मेडिकल कॉलेजची बारा हजार रुपये फी भरायची आहे आणि त्याचबरोबर हॉस्टेलचे तीन हजार रुपयेही भरायचे आहेत.' हे शब्द ऐकताच भावाच्या चेहऱ्यावरचे भाव बदलले.

'एवढे पैसे कुठून आणायचे?' एका झटक्यात तो कपाळावर आठ्या घालत म्हणाला. 'माझ्याजवळ तर काहीच नाहीये,' असं म्हणत तो ताडकन् उठून गेला. तरी मी शांत होतो. दुसऱ्या दिवशी सकाळी माझी वहिनी आणि भाऊ बाहेरच्या खोलीत

बसले होते. मी तिथे गेलो आणि त्यांना म्हणालो, 'दादा, आपल्या बाबांची जी जमीन आहे, तिचा अर्धा हिस्सा विकून आपण पैशांची व्यवस्था करू शकतो का? मी डॉक्टर होईन तेव्हा आपण आपली जमीन परत मिळवू.'

मी असं म्हणताच भाऊ जोरजोरानं हसायला लागला आणि म्हणाला,

'जमीन? कोणती जमीन? तुझी जमीन?'

'हे बघ दादा,' मी शांत शब्दांत त्याला सांगितलं, 'तू मला तुझे पैसे देऊ नकोस, पण माझ्या नावावर असलेल्या जमिनीची कागदपत्रं तरी दे. मग माझी जागा विकून मी माझ्या फीचे पैसे उभे करीन.'

'अरे, काय जमीन जमीन करतोयस? कुठली जमीन?' भाऊ माझ्यावर जोरात ओरडला, 'तुझ्या नावावर कुठलीच जमीन नाही आता.' तो जागेवरून उठला आणि त्याने कपाटातून काही कागद पत्रं काढून माझ्यापुढे टाकली आणि म्हणाला, 'बघ, वाच ही कागदपत्रं.'

समोर टाकलेली कागदपत्रं मी हातात घेतली आणि वाचू लागलो. वाचता वाचता मला अचानक आठवलं, की बाबांच्या मृत्यूनंतर एकदा दादाने मला फोन करून घाईघाईने गावी बोलावलं होतं आणि बोलता-बोलता बऱ्याच कागदपत्रांवर माझ्या सह्या घेतल्या होत्या. दादा सांगतोय म्हणून, अगदी विश्वासानं मी त्या कागदपत्रांवर सह्यादेखील केल्या होत्या.

सरश्री, माझ्या जीवनातला सर्वांत मोठा शॉक होता तो. माझ्या सख्ख्या भावाने मला फसवून सर्व कागदपत्रांवर माझ्या सह्या घेतल्या होत्या. माझ्या मोठ्या भावानेच माझा विश्वासघात केला होता.'' एक प्रकारची चीड, संताप त्याच्या बोलण्यातून जाणवत होता. तो पुढे म्हणाला,

''ही घटना माझ्या पचनीच पडत नव्हती. घरातून बाहेर पडून कितीतरी वेळ नदीकिनारी जाऊन बसायचो. मध्येच जीव द्यायचाही विचार मनात यायचा; पण स्वतःला धीर देत घरी परत यायचो.

संध्याकाळी पुन्हा भावाजवळ जाऊन त्याला म्हणालो, 'मला तुझ्याकडचं काहीच नको, पण सध्या फी भरण्यापुरते तरी पैसे उधार दे. कमवायला लागल्यावर पै न् पै परत करेन.' मी असं बोलेपर्यंत भाऊ उठून सरळ आपल्या खोलीत निघून गेला. मला उत्तर मिळालं होतं. जे समजायचं ते मी समजून गेलो. दगडापुढे डोकं फोडून काहीच मिळत

नाही, हे मला समजलं. ती रात्र मी तशीच रडत रडत बाबांच्या आठवणींत काढली.

दुसऱ्या दिवशी सकाळी मनाशी एक निश्चय करून मी तडक घराबाहेर पडलो अणि सरळ शहरात माझ्या कॉलेजमध्ये गेलो. तिथे मी माझ्या मुख्य सरांना घडलेली सर्व हकिकत सांगितली आणि त्यांना विनंती केली, 'जर तुम्ही मला या बाबतीत मदत केली तर फारच चांगलं होईल. माझ्याकडे जसे पैसे येतील तसतसे मी परत करेन व आयुष्यभर तुमचा ऋणी राहीन.'

पण तिथेही नशिबाने माझी साथ दिली नाही. सरांनी काहीही विचार न करता मला सरळ सांगितलं, 'या बाबतीत मी काहीच करू शकत नाही. फी भरू शकत नसशील तर तुला कॉलेजमध्ये प्रवेश मिळणार नाही,' असं म्हणून त्यांनी माझ्या फाइलवर सही केली.

या दोन सह्यांमध्ये माझं सगळं जीवन पूर्णपणे उद्ध्वस्त झालं होतं.

माझ्या वडिलांचं स्वप्न माझ्या डोळ्यांदेखत भग्न झालं होतं; पण मी काहीच करू शकत नव्हतो. मी पूर्ण हताश झालो होतो. नंतर झाल्या गेल्या सर्व गोष्टी विसरून मी एका नवीन शहरात गेलो. तिथे छोटासा व्यवसाय सुरू केला. हळूहळू व्यवसायात जम बसत गेला. त्या व्यवसायात मला यश मिळू लागलं. चार पैसे हातात खेळू लागले. आता माझ्या जीवनाला एक प्रकारची स्थिरता येत होती. सध्या मी आहे त्यात समाधानी आहे. पण माझ्या भावाने माझ्या आयुष्याचं जे नुकसान केलं, ज्या प्रकारे मला फसवलं, ते मी कधीच विसरू शकत नाही. मग एकदा काही कारणानिमित्त माझं गावी जाणं झालं, त्या वेळी मागचं सगळं विसरून मी भावाला भेटलो, तेव्हा त्याला काही पैशांची गरज होती, तीसुद्धा पूर्ण केली.

पण अजूनही मला तो दिवस, ती वेळ, ते शब्द आठवतात आणि खूप त्रास होतो. ती घटना मी विसरूच शकत नाही. माझ्या घरासमोर एक डॉक्टर आहेत. त्यांना पाहिलं की मला आणखी त्रास होतो. पुन्हा त्या सर्व घटना आठवतात आणि माझी झोपच उडून जाते.

हे असं का होतंय सरश्री? तुम्हीच सांगा, मी काय करू? मला तर वाटतंय, विचार करून करून मला वेडच लागेल. सध्या झोप येण्यासाठी मी झोपेच्या गोळ्याही घेत आहे. कारण माझ्या मनात हाच विचार सारखा येतो, मी वडिलांची शेवटची इच्छा पूर्ण करू शकलो नाही. माझा भाऊ माझ्याशी असं का वागला? माझ्या सरांनी त्यावेळी

मला मदत का केली नाही? या सगळ्यात माझी काय चूक आहे? मलाच ही शिक्षा का भोगावी लागत आहे?''

बांध फुटल्याप्रमाणे त्याच्या डोळ्यांतून घळाघळा पाणी वाहत होतं. क्रोध व दुःख यांचे संमिश्र भाव त्याच्या चेहऱ्यावर स्पष्ट दिसत होते.

"खरंच, तुझ्या बाबतीत खूप वाईट घडलं आहे.'' त्याच्या खांद्यावर हळुवारपणे हात ठेवत मी त्याला सांगितलं, ''आपल्या लहान भावाशी असं वागणं योग्य नाही. तुझे सगळे प्रश्न, सगळ्या तक्रारी अगदी बरोबर आहेत. खरंच, या सर्व गोष्टींत तुझी काहीच चूक नाही. पण आता तू मला सांग, तुला कशा प्रकारचं जीवन जगायला आवडेल? जेल में या खेल में? बंधनात की स्वातंत्र्यात?''

अनिकेत आश्चर्याने माझ्याकडे पाहात होता. मी माझं एक पुस्तक काढून त्याच्यासमोर धरलं. त्यातील एका गोष्टीकडे बोट दाखवून त्याला सांगितलं, ''आधी हे वाच, मग आपण पुढे बोलू.''

"सरश्री, जेल आणि खेल म्हणजे काय हो?'' त्या गोष्टीचं शीर्षक वाचत अनिकेतने विचारलं.

"होऽहोऽ! आधी गोष्ट तर पूर्ण वाच. मग आपोआप समजेल.'' मी हसतच त्याला सांगितलं. त्याने गोष्ट वाचायला सुरुवात केली.

मनजित आणि राकेश नावाचे दोघे मित्र होते. एकदा अचानक त्यांची रस्त्यात भेट झाली. राकेशने जोरात हाक मारून मनजितला बोलावलं.

'अरे मनजित, तू इकडे कुठे?'

मनजितने दचकून मागे पाहिलं.

'अरे राकेश, तू इकडे कसा काय?'

दोघेही एकमेकांना कडकडून भेटले.

'अरे, मी तर इथेच राहतो. चल घरी.' राकेश म्हणाला.

मनजितने 'हो' म्हटलं आणि दोघे एकमेकांच्या गळ्यात हात घालून चालू लागले. बोलता बोलता मनजितने राकेशची विचारपूस केली.

'मनजित, मला तुझी रोज आठवण येते.'

'हो? कसं काय बुवा?' मनजितने विचारलं.

'कसं काय? तू विसरलास का, आपण दोघं जेलमध्ये होतो ते? मला त्यावेळचा प्रत्येक दिवस लक्षात आहे.'

'अरे हो, आपण दोघंही जेलमध्ये होतो. मी तर हे पूर्ण विसरूनच गेलो होतो.' मनजितने सहजपणे उत्तर दिलं.

'अरे, तू कसं काय विसरलास?' राकेशच्या चेहऱ्यावर आश्चर्य होतं. 'मला तर तिथला प्रत्येक दिवस आणि क्षण न् क्षण लक्षात आहे. अकरा वर्षांपूर्वी जेव्हा युद्ध झालं होतं, तेव्हा आपण पकडले गेलो होतो. तेसुद्धा पाकिस्तानी जेलमध्ये. त्या जेलमध्ये आपल्याला किती छळायचे! आपल्याला धड पूर्ण जेवणही मिळत नव्हतं आणि जे काही मिळायचं तेसुद्धा अर्धवट कच्चं नाही तर करपलेलं. मला तर तीन दिवस विनाकारणच उपाशी ठेवलं होतं. आपल्याकडून रिकाम्या तलावात माती भरून घेतली होती आणि त्याचं रूपांतर हॉकी स्टेडियममध्ये केलं होतं. शिवाय, विनाकारण शिव्या आणि मार मिळायचा. मला तिथला प्रत्येक दिवस लक्षात आहे.' बोलताना राकेशच्या डोळ्यांत दुःख स्पष्टपणे जाणवत होतं.

'अरे हो, जेलमध्ये हे सर्व घडलं होतं.'

'अरे मनजित, तू या गोष्टी कशा काय विसरू शकतोस?' राकेशला जसा विजेचा झटका बसला. 'किती भयानक शिक्षा भोगल्या आपण! जे मैदान आपण बनवलं, त्यावरच दहा दहा चकरा मारायला लावायचे. नरकयातना होत्या त्या.'

'राकेश, आजही तुला एवढं सगळं अगदी व्यवस्थित आठवतंय?' आश्चर्यभाव चेहऱ्यावर आणत मनजित म्हणाला.

'हो, मग! अगदी सगळं चांगलंच आठवतंय.' बोलता बोलता राकेश आकाशाकडे पाहू लागला. एका विचारात तो हरवला होता. तो पुन्हा बोलू लागला, 'एवढंच नाही, तर रोज रात्री जेव्हा मी गादीवर झोपायला जातो, तेव्हाही मला तिथल्या खडबडीत फरशीची आणि जाड्याभरड्या चादरीची आठवण येते. गादीवर झोपूनही ती गादी मला टोचल्यासारखी वाटते. तिथले जेलर, शिपाई, आपल्याबरोबर असलेले कैदी हे सगळे अगदी जसेच्या तसे मला आठवतात. खरंतर या घटनेला आता अकरा वर्षं झालीत, पण सगळं ताजं घडून गेल्यासारखंच मला आठवतं, स्वप्नातही तेच दिसतं बघ.'

'याचाच अर्थ, तू अजूनही जेलमध्येच आहेस.' मनजित शांतपणे म्हणाला.

'जरी तू शारीरिक रूपाने जेलमधून बाहेर आलेला असलास, तरी मनाने तू तिथेच आहेस. अजूनही तू शिक्षाच भोगत आहेस. त्यांनी आपल्याला एक वर्षाची शिक्षा दिली होती, त्यानंतर मी जेलमधून बाहेर आलो. तू मात्र मानसिक दृष्टीने अद्याप जेलमध्येच आहेस. जोपर्यंत तुझ्या मनात हे विचार सुरू आहेत, तोपर्यंत तू ही शिक्षा भोगतच राहणार आहेस.'

त्या गोष्टीचा शेवट वाचून अनिकेतने आपले डोळे बंद केले.

काहीवेळ त्याचा चेहरा शांत झाला होता. मग त्याने डोळे उघडले आणि तो हसतच मला म्हणाला,

''सरश्री. मला समजलं आता... मला माझं उत्तर मिळालं.'' अनिकेतच्या डोळ्यांत प्रश्नाचं उत्तर मिळाल्याचं समाधान, आनंद दिसत होता.

''सरश्री, खूप खूप धन्यवाद! मला ही गोष्ट वाचायला दिल्याने आज पिंजऱ्यातून बाहेर येऊन मुक्त झाल्यासारखं वाटतंय. आजपर्यंत मी राकेशचं जीवन जगत होतो, पण आता मात्र मनजितचं जीवन जगणार आहे. मी आता जेलमध्ये राहणार नाही. मला आता समजलं, की माझ्या दुःखाचं कारण लोक नाहीत, मी स्वतःच आहे. यानंतर घटना घडताच मी स्वतःला विचारेन, 'जेल में या खेल में' सरश्री, हे वाक्य माझ्यासाठी स्वातंत्र्याचा मंत्रच आहे.''

अशा प्रकारे आपला स्वसंवादच आपल्याला जेलमध्ये घेऊन जातो; परंतु हाच स्वसंवाद तुम्हाला जेलमधून बाहेरही काढू शकतो. ज्या क्षणी स्वसंवादाचा उपयोग पूर्णपणे समजेल, त्या क्षणी जेलमध्ये राहणारा कैदी बाहेर येईल. पण तो जर समजला नाही, तर जेलमध्ये टाकणारा जज्ज किंवा जेलरसुद्धा स्वतःच्या जेलमध्ये जाईल.

दुःख झाल्यावर अश्रू गाळून मन हलकं करणं चांगलं आहे.
दुसऱ्यांचे अश्रू पुसून त्यांचं मन हलकं करणं हे खूपच चांगलं आहे.
पण, भक्तीच्या आसवांमध्ये मन नमन करून
दुसऱ्यांसाठी निमित्त बनणं अतिउत्तम आहे.

खंड
४

निसर्गद्वारे स्वसंवादाची जादू कशी काम करते

मौन जाणणं उत्तम जीवनाचं
जंक्शन आहे.
या जंक्शननंतरच अभिव्यक्तीचा
नवीन मार्ग खुला होतो.
मात्र, मौन जंक्शन न जाणता माणूस फक्त
काम, काम आणि कामच करत राहतो.
मौन जंक्शननंतर त्याचं काम हे
भक्ती, सेवा आणि अभिव्यक्ती बनतं.

स्वसंवाद आणि सेल्फ रिपोर्टिंग
स्वतःला योग्य माहिती द्या

'**हा** माणूस नेहमीच माझ्या भावना दुखावतो. तोच कारणीभूत आहे माझ्या दुःखांसाठी.' समोरच्याने आपल्याला नकारात्मक प्रतिसाद दिला, की आपल्याकडून असे उद्गार सहजतेने बाहेर पडतात. पण आज मात्र ठरवू या, यापुढे असं होणार नाही. कारण, जग आपल्याविषयी काय बोलतं, याला काहीच महत्त्व नाही. सगळ्यात महत्त्वपूर्ण काय असेल, तर तुम्ही तुमच्याविषयी काय विचार करता? तुम्ही स्वतःला ही जाणीव करून द्या, 'मी स्वतःविषयी काय बोलतोय/बोलतेय?' अशा पद्धतीने स्वतःला स्वतःविषयी बातमी द्या, रिपोर्टिंग करा.

समजा, सकाळी उठल्यापासून रात्री

झोपेपर्यंत या दिवसभराच्या काळात तुम्हाला कोणी बोलून दुःखी केलं किंवा एखाद्याच्या वर्तणुकीने तुम्हाला खूप वाईट वाटलं, तर लगेच तुमचा स्वसंवाद सुरू होतो, 'या माणसामुळे माझा सगळा दिवस खराब गेला, त्याच्या वागणुकीमुळे मला फारच मनस्ताप झाला.' पण यापुढे आता असं होणार नाही. जेव्हा कधी एखादी दुःखी करणारी घटना तुमच्या बाबतीत घडेल, त्या वेळी लगेच स्वतःला सांगा, 'स्वतःचं रिपोर्टिंग बदला.' हे तंत्र खूप महत्त्वाचं आहे आणि यालाच 'सेल्फ रिपोर्टिंग' म्हणतात. 'सेल्फ रिपोर्टिंग' म्हणजे 'स्वतःची खबर स्वतःला देणं, मनातील विचारांची वस्तुस्थिती जाणणं.'

आता आपणच आपल्याला खबर कशी द्यायची? किंवा आपल्याशीच वार्तालाप कशा प्रकारे करायचा, हे आपण समजून घेऊ. जर समोरच्या व्यक्तीने त्रास दिल्याने तुम्ही दुःखी झाला असाल, तर स्वतःला सांगा, 'समोरच्या माणसाच्या अशा वागण्याने, त्याच्या अशा प्रतिसादाने मी स्वतःला दुःखी होऊ दिलं.' समजा, तुम्ही व तुमचा मित्र गप्पा मारत असताना अचानक तुमचा मित्र मध्येच काहीही न सांगता निघून गेला, तर तुम्ही त्याच्यावर नाराज व्हाल. कदाचित तुम्हाला त्याचा रागही येईल. पण त्याच वेळी तुम्ही स्वतःला सांगायचं, 'माझा मित्र मला काहीही न सांगता निघून गेला म्हणून मी स्वतःला नाराज होऊ दिलं किंवा स्वतःला रागवू दिलं. परंतु या रागावण्याने मी माझा दिवस खराब करत आहे.'

अशा प्रकारे 'सेल्फ रिपोर्टिंग' केल्याने, स्वतःशी खरं बोलल्याने तुमच्या जीवनात आश्चर्यं पाहायला मिळतील. जसं, लहानसहान घटनांमुळे होणारं दुःख पूर्णपणे बंद होईल. तसंच, याच प्रयोगामुळे पुढे मोठ्या घटनांमध्येही तुम्हाला दुःख होणार नाही. आजारी असताना वेदना होतील, परंतु वेदनेचं दुःख होणार नाही. यालाच म्हणतात उत्तम जीवन!

जसा तुमचा स्वसंवाद (सेल्फ रिपोर्टिंग) बदलत जाईल, तसं तुमच्या आयुष्यातील दुःखं नष्ट होतील. पूर्वी घटनांमुळे दुःख होत होतं; परंतु सेल्फ रिपोर्टिंग बदलल्याने आता तुम्ही दुःखी होणार नाही. एखादी घटना जरी मनाप्रमाणे झाली नाही, तरी तुम्ही पाहाल, त्याचं दुःख तुम्हाला झालंच नाही. शिवाय, याचं आश्चर्यदेखील वाटेल.

'मी दुःखी आहे' असं तुम्ही कधीच म्हणायचं नाही. त्याऐवजी 'मी स्वतःला दुःखी होऊ दिलं, मी स्वतःला कंटाळवाणं, बोअर होऊ दिलं, अन्यथा मला दुःखी करायची कुणाची हिंमत आहे?' असंच यापुढे म्हणायला हवं. जर आपण स्वतःचा स्वसंवाद बदलला, सेल्फ रिपोर्टिंग बदललं, तर तुम्ही अचंबित व्हाल, की यापुढे

तुम्हाला कुणीच दुःखी करू शकणार नाही.

दगड, काठ्या एखाद्याची हाडं तोडू शकतात, परंतु शब्द हाडं तोडू शकत नाहीत. मग दुःखी का व्हायचं? कित्येक जण दुसऱ्यांनी त्यांची केलेली निंदा ऐकून, अपशब्द ऐकून अतिशय दुःखी होतात. त्या वेळेस त्यांनी असा स्वसंवाद करावा : 'एखाद्या वेळेस दगड-काठ्या माझी हाडं तोडू शकतील, परंतु शब्द मला तोडू शकत नाहीत. लोकांनी केलेली निंदा ऐकून मीच मला दुःखी होऊ दिलं.' अशा तऱ्हेने स्वसंवाद, सेल्फ-रिपोर्टिंग होणं आवश्यक आहे. जेव्हा तुम्ही असं सेल्फ-रिपोर्टिंग करता, तेव्हा तुमच्या दुःखाची जबाबदारी तुम्ही स्वतः घेता. ज्या वेळेस तुम्ही तुमच्या दुःखाची जबाबदारी घेता, त्या वेळेस इतरांविषयी तक्रारी करणं बंद करता.

आपण जर जाणीवपूर्वक स्वतःला दुःखी होऊ देतो, तर स्वतःला आनंदीसुद्धा करू शकतो. अशा पद्धतीने आपल्यामध्ये नवीन ज्ञानाचा, नवीन समजेचा जन्म होतो. मग नेहमी आनंदी राहण्याचा संकल्प करणं सहज शक्य होतं. उत्तम जीवनासाठी हे सेल्फ रिपोर्टिंग अत्यावश्यक आहे.

जुन्या विचारांच्या जाळ्यामधून मुक्त होऊन नवीन विचार, नवीन शब्द आणि प्रेरणादायी शब्दांचा स्वसंवाद केला पाहिजे. नाहीतर, लोकांकडून जो प्रतिसाद आपल्याला मिळतो, त्यामुळे आपण लगेच दुःखी होतो आणि 'मी निराश आहे,' असं स्वतःला म्हणतो. आता 'मी स्वतःला निराश होऊ दिलं,' असा स्वसंवाद केल्याने जीवनात आशेचे नवीन दीप प्रज्वलित होतील. जेव्हा तुम्ही बोअर होत असाल, तेव्हा 'मला कंटाळा आला आहे,' असे न म्हणता 'मी वातावरणामुळे स्वतःला बोअर होऊ देत आहे' किंवा 'माझ्याकडे लक्ष नसल्याने मी स्वतःला बोअर होऊ देत आहे,' असं रिपोर्टिंग तुम्हाला नवीन समज बहाल करेल.

आजपासूनच जर तुम्ही असं कराल, तर पाहाल, जीवनात दुःख कधीही तुम्हाला दुःखी करू शकणार नाही. निराशा कधीही तुम्हाला निराश करू शकणार नाही. ज्यावेळेस तुम्ही दुःखी किंवा निराश व्हाल, त्यावेळी स्वतःचा स्वसंवाद पडताळून पाहा. खरोखरच तुम्ही दुःखी किंवा निराश आहात, की स्वतःला निराश होऊ दिलं आहे.

अशा प्रकारे स्वसंवाद बदलताच तुम्हाला आनंद मिळेल, कारण 'मी स्वतःला दुःखी होऊ देत आहे' असं म्हणतानाच आपली दुःखं आणि निराशा नष्ट होते. अशा पद्धतीने जीवनातल्या प्रत्येक कठीण प्रसंगात आपला स्वतःचा स्वसंवाद बदला. तुम्हाला स्व-सुसंवादी रिपोर्टर बनायचं आहे. दररोज स्वतःचाच रिपोर्ट स्वतःला द्यायचा

आहे. तुम्हाला गुड न्यूज रिपोर्टर बनायचं आहे. तुम्ही जर स्वतःसाठी चांगले रिपोर्टर बनलात, तर इतरांसाठीसुद्धा चांगले रिपोर्टर बनू शकाल.

वर दिलेल्या अनेक उदाहरणांमुळे आपण स्वसंवादाची (सेल्फ-रिपोर्टिंगची, सेल्फ-टॉकची) कला शिकलो आहोत. आता रोज स्वसुसंवाद करायचा निश्चय करू या. स्वसंवादाची जादू तुमचं जीवन निश्चितच उत्तम बनवेल.

कामानंतर थोडा वेळ आराम करणं स्वाभाविक आहे,
कामानंतर ध्यानधारणा करणं चांगलंच आहे.
पण काम झाल्यावर 'काम कोणी पूर्ण केलं,'
हे जाणून घेणं जास्त चांगलं आहे.

स्वसंवादाद्वारे दुःख आनंदात बदला
आत्ता आणि इथेच

प्रत्येक दिवशी, प्रत्येक क्षणी आपल्या आजूबाजूला घटना तर घडतच असतात. या घटना घडल्यानंतर आपल्यामध्ये चांगल्या किंवा वाईट भावना (फीलिंग्ज) अनुभवण्यास मिळतात.

प्रत्येकाला स्वतःमध्ये चांगल्या अनुभवाची जाणीव करून घेण्याची इच्छा असते. मग आता प्रश्न असा निर्माण होतो, की दररोज प्रत्येक घटनेमध्ये चांगल्या अनुभवाची जाणीव कशी मिळेल?

चला तर मग, या गोष्टीवर मनन करून, त्यांना प्रकाशात आणू या, ज्यामुळे आपलं जीवन उत्तम बनेल आणि दृष्टिकोनही बदलेल.

यासाठी स्वतःला प्रश्न विचारा, तुमच्या

जीवनात जेव्हा चांगली किंवा वाईट घटना घडते, तेव्हा तुम्हाला स्वतःमध्ये चांगल्या किंवा वाईट भावनेची, जाणीव कुठे जाणवते? जर ती जाणीव तुमच्या शेजारच्याच्या शरीरात जाणवत असेल, तर तुम्ही काहीच करू शकत नाही. परंतु वाईट वाटण्याची जाणीव तुमच्या स्वतःच्या शरीरात असेल, तर त्याला जबाबदार कोण? आणि ती भावनाच बदलायची असेल, तर कोण येऊन बदलेल? भारताचे पंतप्रधान? की स्वतः तुम्ही?

विचारपूर्वक तुम्ही वरील प्रश्न स्वतःला विचारलेत, तर तुम्हाला खालील गोष्टी आत्मसात होतील :

१) प्रत्येक भावनेची जाणीव आपल्याला आपल्या शरीरातच होत असते.

२) ती भावना, तो अनुभव जाणून घेण्याची जबाबदारी आपली स्वतःचीच आहे. जगाचीही नाही, ना शेजारच्याची.

३) वाईट भावना, अनुभवांना (फीलिंग्ज) बदलायचं असेल, तर त्या तुम्हाला स्वतःलाच बदलाव्या लागतील.

४) या सर्व गोष्टी समजल्या असतील, तर या क्षणी तुम्हाला काय जाणवतं? तीच जाणीव, तोच अनुभव तुम्हाला जाणवतोय, जो तुम्ही जाणू इच्छिता, की आणखी काही वेगळा?

५) तुमच्यात क्लेशदायक जाणीव असेल, तर ती बदलण्यास तुम्ही तयार आहात का?

६) याचं उत्तर 'हो' असेल, तर मग कधी बदलणार? 'आत्ता आणि इथेच!' (Here and Now)

७) ती कशी बदलाल? 'स्वसंवाद बदलून.'

आपल्याला आपले अनुभव (भावना) बदलायला वेळ लागत नाही. तुम्हाला जर मनापासून वाटत असेल, तर वाईट अनुभव तुम्ही लगेच बदलू शकाल. ज्यायोगे आपला स्वसंवाद स्व-सुसंवाद बनेल. परंतु आपल्या दुःखद भावनांसाठी तुम्ही अद्याप आणखी कोणाला जबाबदार ठरवत असाल, तर विश्वास ठेवा, तुम्ही फारसे खूश होऊ शकणार नाही. कारण प्रत्येकाचा दृष्टिकोन आणि वैचारिक साचा वेगळा असतो.

आजपासून प्रत्येक घटनेनंतर, तुम्ही स्वतःला एक प्रश्न विचारा, 'या क्षणी मी

कशाचा अनुभव करतोय?' जर दुःखद जाणीव असेल, तर याला जबाबदार कोण? कोण हे बदलेल? कधी आणि केव्हा? अशा प्रकारे तुम्ही तुमचा स्वसंवाद बदलून स्वतःमध्ये आनंद अनुभवाल आणि त्यासाठी सर्वस्वी तुम्हीच जबाबदार असाल.

चला तर मग, आता पाहू या, वैचारिक दुनियेचा ढाचा प्रत्येकाच्या आत वेगवेगळ्या पद्धतीने कसा काम करतो? जगामध्ये जेवढे लोक आहेत, तितक्याच वेगवेगळ्या दुनिया आहेत. कारण प्रत्येक जण या जगाकडे स्वतःच्या दृष्टिकोनातून पाहात असतो. प्रत्येक माणसाचा दृष्टिकोन त्याच्या डोक्यामध्ये एक ढाचा (वैचारिक पॅटर्न, नकाशा) तयार करतो. हाच ढाचा सुख-दुःखाचं कारण बनतो. आपल्या दुनियेच्या ढाच्यानुसार प्रत्येकजण आपापल्यादृष्टीने योग्य आहे. म्हणजेच प्रत्येकाकडून जे सांगितलं जातं, ते त्याच्या त्यावेळच्या समजेप्रमाणे योग्य असतं. प्रत्येकजण आपल्या जीवनाचा, आपल्या दुनियेचा एक ढाचा (नकाशा) स्वतःच्या डोक्यात ठेवतो आणि त्याच्याच आधारावर तो वागत असतो, बोलत असतो. मात्र समोरच्याला वाटतं, तो चुकीचा वागतो. पण, जेव्हा आपल्याला तो असा का वागला, का बोलला, याचा अर्थ समजेल, तेव्हा आपापसांतले गैरसमजही दूर होतील.

आपल्या वैचारिक पॅटर्ननुसार प्रत्येक जण योग्य आहे

प्रत्येक माणसाचं स्वतःचं असं एक अस्तित्व, स्वतःचं एक जग असतं. प्रत्येकाच्या विचारांचा एक साचा असतो आणि त्या नजरेतूनच तो इतरांना बघत असतो. केवळ आपल्याला त्यांचा दृष्टिकोन माहीत नसतो एवढंच! त्यामुळे एखादा माणूस असं का वागतो, असं का बोलतो, तो खूप घाबरट आहे, वगैरे अनेक तर्क त्याच्याविषयी आपल्या मनात असतात. पण आजपासून त्या माणसाबद्दलचा स्वसंवाद आपण पूर्णपणे बदलणार आहोत. आजपासून आपण समोरचा माणूस किती चुकीचा आहे, हे न बघता तो कसा बरोबर आहे, हे बघणार आहोत.

प्रत्येक जण बरोबर आहे; मग तो कुणी का असेना, एखादा अपराधी का असेना. कारण त्याच्याही दुनियेचा एक ढाचा (मॉडेल) आहे. तो आपल्या वैचारिक ढाच्यानुसारच वागत असतो. हीच गोष्ट आपण एका उदाहरणाने बघू, जेणेकरून आपला लोकव्यवहार जास्त चांगला होत जाईल.

तुम्ही संध्याकाळी टेरेसवर चक्कर मारता तेव्हा आकाशात पक्षी उडत असतात, ढग असतात, समोर सूर्यास्त होत असतो. त्याचवेळी आपण पक्षीही बघत असतो. पण कधी हा विचार केला आहे का, की आकाशात उडणारे पक्षी खाली कसे बघत

असतील? तिथून खाली कसं दिसत असेल, हे तुम्ही त्यांच्या दृष्टीने विचार करून कधी बघितलंय? त्यांना जग कसं दिसत असेल? त्यांना जर विचार करण्याची शक्ती असती, तर त्यांनी काय विचार केला असता? कारण आपण विचार करतो, मी तर वर आकाशाकडे पाहतोय. परंतु, पक्षी मात्र जमिनीकडे बघतात. पक्षी आपल्यासारखं वर बघत नाहीत. त्यामुळे चंद्र, तारे, उडणारे पक्षी हे तर आपल्याला दिसतात, त्यांना आपण कसे दिसत असू? पक्ष्यांना विचार करायची शक्ती असती तर त्यांनी काय विचार केला असता? 'हे लोक तर मोठमोठ्या इमारती बनवतात, पण चालतात मात्र जमिनीवरच... त्यांनी टेरेसवर चाललं पाहिजे. अन्यथा एवढ्या इमारती कशासाठी बनवल्या?'

पक्ष्यांच्या नजरेने या जगाकडे बघितलं, तरच त्यांच्या गोष्टी आपल्याला समजतील. पक्षी जर त्यांचा दृष्टिकोन आपल्याला सांगू शकले असते, तर कदाचित ते म्हणाले असते, 'लोक जमिनीवर उलटं चालतात, जर बिल्डिंग बनवल्या आहेत, तर कमीत कमी टेरेसवर तरी फिरायचं! इतका विकास केला तरीदेखील हे लोक अद्याप जमिनीवरच फिरतात. वास्तवात माणसाला बंद डब्यात (बिल्डिंग, घरं) बंद होऊनच राहायला आवडतं. काही लहान मुलंच फक्त वेळ काढून कधी तरी छतावर जातात आणि आकाशाकडे पाहतात.' शिवाय ते पक्षीही बघतात. माणूस पक्ष्यांविषयी जो विचार करतो, तोही स्वतःच्या दृष्टिकोनातून. त्यामुळे प्रत्येक माणूस आपल्या वैचारिक ढाच्यानुसार योग्यच आहे.

आपण आपल्या जीवनाकडे आजपर्यंत कसं बघितलं? आपल्याच वैचारिक ढाच्यानुसार! जोपर्यंत आपण आपल्या ढाच्यानुसार बघतो, तोपर्यंत उत्तम जीवन आपल्याला लाभणार नाही. आज जर आपण दोन लोकांचा वैचारिक ढाचा बघितला, तर ते दोघे जण जगाविषयी वेगवेगळा विचार करताना आढळतील. प्रत्येकाची दुनिया वेगळी, प्रत्येकाची स्वप्नंही वेगवेगळी. एकच अशी अवस्था आहे (सेल्फ-रिअलायझेशन), जिथे काही लोकांचे वैचारिक ढाचे एकसारखे होतात. कारण जुनेपुराणे ढाचे कोसळून पडतात. ते सीमित (लिमिटेड)कडून असीमित (अनलिमिटेड)मध्ये स्थापित होतात. भूत-भविष्यातून बाहेर पडून वर्तमानात स्थापित होतात.

आपला वैचारिक ढाचा तोडा

वर्तमानात जे चाललंय तेच सत्य, वास्तव आहे, जे घडून गेलं आहे, ते आता स्मृतीमध्ये आहे आणि जे घडणार आहे ते कल्पनेमध्ये आहे. सत्य आत्ता आणि येथेच आहे. याच सत्यापासून यात्रा सुरू केली, तर उत्तम अवस्थेपर्यंत पोहोचाल. या उत्तम

अवस्थेपर्यंत पोहोचण्यासाठी प्रथम योग्य दृष्टीने पाहायला सुरुवात केली पाहिजे. प्रामाणिकपणे आणि कपटमुक्त होऊन स्वतःशी स्वसंवाद साधायला हवा.

उत्तम अवस्थेसाठी पहिली अट काय असेल, तर स्वतःबरोबर कपटमुक्त होऊन संवाद करणं, स्वतःपासून वास्तव न लपवणं. स्वतःलाच सांगायचं, 'माझ्या दुनियेच्या ढाच्यानुसार मला समोरची गोष्ट चुकीची वाटत आहे. पण ती खरंच चुकीची आहे, की माझी विचारधारा मला तसं दर्शवते?' जर इमानदारीने तुम्ही असा प्रश्न स्वतःला विचारलात, तर त्याचं योग्य उत्तर तुम्हाला आतूनच मिळेल.

एक माणूस रस्त्यावरून घाबरत घाबरत चालला होता. कारण त्याच्या आजूबाजूला चालणारे लोक बघून त्याला, या सगळ्यांना सैतानाने पाठवलंय, असं वाटत होतं. खरंतर त्याचा स्वसंवाद तसा होता. प्रत्येक जण आपली दुनिया आपल्यासोबत घेऊन फिरत असतो आणि मग म्हणतो, 'मी रस्त्यावरून चाललो होतो. तेव्हा तो माणूस माझ्याकडे बघत होता. याचाच अर्थ तो माझ्याविषयी काहीतरी वाईट विचार करत होता.' अशा पद्धतीने तो स्वतःच कहाणी तयार करतो आणि त्याच कहाणीच्या आधारावर जगतो. मग एक दिवस त्याला समजतं, की त्याची एकही गोष्ट खरी नव्हती. लहानपणापासून म्हातारपणापर्यंत त्याने ज्या काही कहाण्या रचल्या, त्या म्हणजे त्याचा स्वसंवाद होता.

'माझ्या आजूबाजूचे लोक असुरी वृत्तीचे आहेत, राक्षसी वृत्तीचे आहेत, वाईट आहेत,' असा कुणी विचार करत असेल, तर तो का घाबरणार नाही? त्याच्या वैचारिक ढाच्यानुसार त्याला तसं वाटत होतं, म्हणून तो घाबरत होता. तुम्ही जर निर्भय होऊन जगाल, तर ज्या वैचारिक अवस्थेतून बघत होता, ती पूर्णपणे वेगळी असेल.

ही अवस्था हळूहळू येते. आपल्याला सर्व शंका व भीती यांमधून बाहेर पडून उत्तम अवस्थेपर्यंत पोहोचायचं आहे, त्यासाठी स्वसंवादाद्वारे आपण वर्तमानात त्वरित आपली अवस्था बदलू शकाल.

आपल्या शरीराला स्वसंवादाद्वारे जेव्हा तुम्ही आत्मसूचना द्याल, तेव्हा त्या अशा प्रकारच्या असतील,

'आय ॲम हेल्थ, मी स्वास्थ्य आहे.'

या स्वसंवादाचा सकारात्मक परिणाम आपल्याला अवश्य मिळतो. कारण, 'आय ॲम (मी)'च्या बरोबर जे काही जोडाल ते समरस होतं. तसंच, अजून एक वाक्य तुम्ही स्वतःशी नेहमी म्हणू शकाल, 'ईश्वर कधी आजारी पडू शकत नाही, म्हणजे मीही

आजारी असू शकत नाही.' या स्वसंवादामध्ये सत्य आहे, जादू आहे. अशी वाक्यं परिणामकारक ठरतात, कारण सत्यामध्ये सकारात्मक शक्ती असते.

सत्याचा पुनरुच्चार केला जातो, तेव्हा त्याचे परिणाम लगेच दिसायला लागतात. कारण वर दिलेली वाक्यं, स्वास्थ्य स्वसंवाद ऐकूनच आपल्यामध्ये सकारात्मक तरंग तयार होतात. कुणी आजारी असेल तर त्याने म्हणायला हवं, 'ईश्वर आजारी असूच शकत नाही,' तेव्हा त्याच्या विश्वासामुळे परिणाम दिसायला लागतील. पृथ्वीवर जे काही चमत्कार होतात, ते आपल्या विश्वासाच्या शक्तीवर आधारित असतात. आपण जसा विश्वास ठेवू तसेच पुरावे आपल्याला मिळतात. म्हणून आजपासूनच उत्तम जीवन जगण्यासाठी सकारात्मक स्वसंवादावर विश्वास ठेवा. रस्त्यात मांजर आडवं गेलं किंवा आकाशातील वीज, रस्त्यावरील कुत्र्याचं भुंकणं किंवा नक्षत्रांचे अडथळे यांना अजिबात घाबरू नका. तुम्ही महान कार्य करण्यासाठी जन्म घेतलेला आहे, असा विश्वास नेहमी बाळगा.

या सर्व गोष्टी जाणल्यानंतर आपण आपल्या आंतरिक दुनियेचा (विचारांचा) ढाचा तोडला पाहिजे. ढाचा तोडा आणि स्वतः जो अनुभव करू इच्छिता, तो करा. प्रत्येक दिवशी, प्रत्येक घटनेनंतर स्वतःमध्ये स्वसंवाद करा, 'या क्षणी मी कसा अनुभव करीत आहे?' जर उत्तर आलं 'वाईट,' तर मग म्हणा, 'हा अनुभव मला कुठं जाणवतोय?' हा अनुभव सामान्यत: शरीराच्या आत जाणवतो. परत विचारा, 'हा अनुभव जर मला असा जाणवतोय, तर त्याला जबाबदार कोण?' मग स्वतःला उत्तर द्या, 'इतर कुठलीही घटना नसून, मी स्वतःच जबाबदार आहे.' परत स्वतःला प्रश्न विचारा, 'जर मी ठरवलं, तर या अनुभवास बदलू शकतो काय?' होय, तुम्ही तुमच्या अनुभवांना आवश्यकता वाटल्यास निश्चितच बदलू शकता. 'या अनुभवास मी या क्षणी बदलू शकतो का?' होय, जेव्हा हवं तेव्हा तुम्ही तुमचे भाव, विचार, वाणी आणि क्रिया यांना बदलू शकाल. सगळ्यात शेवटी स्वतःलाच महत्त्वाचा प्रश्न विचारा, 'मी या अनुभवास कसं बदलू?' याचं उत्तर तुम्ही जाणताच: 'स्वसंवादाद्वारे'! असं करताच तुम्हाला लगेच चांगले भाव जाणवायला लागतील.

वाईट मित्रांपासून दूर राहणं चांगलं आहे.
चांगल्या मित्रांच्या संगतीत राहणं योग्य आहे.
पण स्वतः चांगला मित्र, तेजमित्र बनणं अधिक उत्तम आहे.

मौनातून निसर्गाशी संवाद कसा साधाल

उत्तम स्वसंवाद

जसा समुद्र नदीचा स्रोत आहे, तसंच मौन हे संवादाचा स्रोत आहे. जशी नदी समुद्राकडे जाण्यासाठी यात्रा करते, तसाच माणूस मौनात जाण्यासाठी, स्वतःमध्ये प्रवेश करण्यासाठी यात्रा करतो. ही यात्रा योग्य कर्म आहे. आळसात बसणं आणि मौनात बसणं यांत मोठा फरक आहे.

आळसात बसून राहण्याचं फळ नकारात्मक असतं, तर मौनामध्ये काही काळ राहिल्याचं फळ सकारात्मक असतं.

कागदावर लिहिलेले शब्द कागदाशिवाय जसे व्यर्थ आहेत, तसंच मौनाशिवाय केलेला संवाद व्यर्थ आहे. प्रत्येक दोन शब्दांच्यामध्ये मौन आहे. प्रत्येक शब्दाच्या मागे मौन आहे. मौन

जाणणं हेच उत्तम जीवनाचं जंक्शन आहे. याच जंक्शननंतर अभिव्यक्तीचा मार्ग खुला होतो. मौनाशिवाय जीवनाच्या जंक्शनवर पोहोचलेला माणूस फक्त काम आणि कामच करत राहतो; पण मौनासह जंक्शनवर पोहोचलेला माणूस कधीही काम करीत नाही. कारण त्याचं काम भक्ती, सेवा आणि अभिव्यक्ती बनतं.

दररोज शरीर आणि मनाला शांत करण्यासाठी काही वेळ काढायला हवा. मौनात बसल्यानंतर तुम्हाला तुमच्याविषयी बऱ्याचशा गोष्टी समजतील. संवादामुळे माणूस दुसऱ्यांबरोबर जोडला जातो, स्वसंवादाने माणूस स्वयंसंपर्कात येतो आणि प्रार्थनेने तो परमात्म्याच्या संपर्कात येतो. मौनाने माणूस स्वयंसंपर्कात येऊन स्वमध्ये स्थापित होतो. हे पाऊल 'स्व'ला जाणण्यासाठी किंवा उत्तम जीवन जगण्यासाठी अत्यावश्यक आहे.

निसर्ग आणि जीवन

तुम्ही पेटविलेली उदबत्ती पाहिली असेल. उदबत्तीमध्ये लाकडाची एक पातळ काडी असते. ती काडी म्हणजे जीव. त्या काडीवर मसाला लावला नसेल, तर तुम्ही म्हणाल, 'ही उदबत्ती काहीच कामाची नाही.' जसं, मुलाचा जन्म झाल्यावर ते जर रडलं नाही, तर त्याच्या आई-वडिलांना रडावं लागतं. म्हणून मूल जन्मल्यानंतर ते रडलं तर आई-वडील हसतात. ज्याप्रमाणे श्वासाशिवाय जीवन व्यर्थ आहे, त्याचप्रमाणे मौन नसेल तर जीवन काहीच कामाचं नाही.

ज्याप्रमाणे उदबत्ती हे जिवाचं प्रतीक आहे, त्याप्रमाणे त्यावर लावलेला मसाला हे जीवनाचं प्रतीक आहे. कुणासाठी हा मसाला साठ वर्षांचा असतो, तर कुणासाठी ऐंशी वर्षांचा, तर कुणासाठी नव्वद. उदबत्तीमध्ये जोपर्यंत मसाला आहे, तोपर्यंतच उदबत्ती जळते. हेच जीवन आहे.

उदबत्तीमध्ये जळणारा हिस्सा म्हणजे जीवात्मा. जीवात्मा म्हणजे ते चैतन्य, जे सगळ्यांमध्ये आहे. त्याच्याशिवाय जीवनाचं काहीच महत्त्व नाही. या चैतन्यामुळेच जीवन चाललं आहे. जसा उदबत्तीच्या जळालेल्या भागामुळे सुगंध पसरतो, तसं चैतन्याच्या अस्तित्वाने उदबत्तीरूपी शरीर कार्य करतं. जीवात्मा (चैतन्य) हळूहळू उदबत्तीला (शरीराला) नष्ट करतो आणि स्वतःला प्रकट करतो. चैतन्य शरीराला चालवतं आणि हळूहळू स्वतःला अभिव्यक्त करून सांगतं, 'हा आहे पसरलेला सुगंध'.

मनाची राख आणि विचारांचा धूर

आपल्या आत जे चैतन्य (उदबत्तीचा जळणारा हिस्सा) आहे, त्यावर तुलनात्मक मनरूपी राख जमली आहे. चैतन्य परत प्रकट होण्यासाठी राखेवर फुंकर

मारून स्वसंवादाने ती उडवायला हवी. आपल्यामध्ये त्या चैतन्याला परत जागवायला हवं. या उदबत्तीची मनरूपी राख खाली पडते तेव्हा विचाररूपी धूरही निघतो. मात्र त्या धुरातून दुर्गंध येतो. कारण तो काम, क्रोध, भीती, लोभ, मोह, मत्सर, अहंकार यांच्या विचारांचा धूर असतो.

सकाळपासून रात्रीपर्यंत माणसाच्या मनात अनेक प्रकारचे विचार चालतात. त्या विचारांतून चिंता, भीती यांचाच दुर्गंध येतो. चिंता आणि चिता या दोघांमध्ये फक्त एका बिंदूचा फरक आहे. चिता माणसाला मृत्यूनंतर जाळते, तर चिंता माणसाला जीवनभर जाळते. ज्याप्रमाणे चिंतेच्या धुरातून दुर्गंधी येते, त्याचप्रमाणे भीतीच्या विचारातूनही दुर्गंधी येते. जसं, 'उद्या काय होणार आहे? नोकरीतून काढून टाकलं तर काय होईल? मुलांची लग्नं झाल्यानंतर माझं काय होईल?' अशा प्रकारची भीती माणसाच्या मनात असते. त्यामुळेच माणूस प्रतिक्षण मरत असतो. खरंतर माणसाच्या मनातील या भीतीमुळेच दुःख निर्माण होतं, म्हणजेच या धुरातून दुर्गंध येण्यास सुरुवात होते. एक विचार संपला, की दुसरा सुरू होतो. एक दुःख संपलं, की लगेच दुःखाचा दुसरा विचार सुरू होतो आणि दुसरा संपताच तिसरा. अशा पद्धतीने दुश्चक्र वाढतच जातं, ते कधी संपतच नाही.

आपला आनंद जेव्हा भूत किंवा भविष्यात असतो, तेव्हा आपण वर्तमानाचा आनंद घेऊ शकत नाही. कुणी म्हणेल, 'जेव्हा माझी उन्नती होईल किंवा माझा वाढदिवस येईल, तेव्हाच मी आनंदित होईन.' पण त्याला हे माहीत नसतं, की कोणत्याही कारणामुळे मिळणारा आनंद नकली आनंद आहे. कारण तो आनंद आज आहे, उद्या नसेल. खरा शाश्वत आनंद वर्तमानात आहे, कारणाशिवाय आहे. आत्ता आहे, इथेच आहे. वर्तमान स्वतःमध्येच एक पूर्ण आनंद आहे. वर्तमानात आनंदित होण्याची कला उत्तम जीवन प्राप्त करण्यासाठी अत्यावश्यक आहे. मनुष्याचं मन नेहमी भूतकाळ किंवा भविष्यकाळात धावत असतं, पण आता त्याला वर्तमानात राहायचं ट्रेनिंग द्यायचं आहे.

जसं प्रत्येक जिवाच्या आत जीवन (चैतन्य, सेल्फ) असतं, तसंच तुमच्या आतही जीवन आहे. तुम्हीसुद्धा जीवनात आनंदी राहून गीत गाऊ शकता. पण आपण जीवनाला काही वेगळंच समजून बसलो आहोत. 'जीवन म्हणजे रोज घडणाऱ्या घटना' असं आपण समजतो; पण हे जीवन नाही. आपल्यामध्ये जे चैतन्य आहे, सेल्फ आहे, तेच जीवन आहे. त्या चैतन्यात स्थापित होऊन त्याला आपल्या शरीराद्वारे अभिव्यक्त होऊ देणं, हेच जीवनाचं सर्वोत्तम लक्ष्य आहे. त्या चैतन्यामध्ये स्थापित झाल्यानंतर तुम्हाला तुमच्या आत असलेल्या जिवंत चैतन्याची जाणीव होईल. मग तुम्ही म्हणाल, 'मी आहे, म्हणून खूश आहे. माझ्या असण्याने मी खूप आनंदी आहे. आता आनंदित होण्यासाठी मला कुठल्याही बाह्य, क्षणिक कारणाची आवश्यकता नाही, मीच आनंद आहे.' तुम्ही

जर खरोखरच तुमच्यातील उत्तम जीवन जाणलं, तर तुम्हाला इतर कुठल्याही आनंदाची गरज भासणार नाही. तुमच्या जीवनात बाहेरून आनंदाचे प्रसंग अगणित येतील, पण तुमच्यासाठी ते बोनस स्वरूपात असतील. कारण 'स्व'च्या असण्याच्या जाणिवेत आणि 'स्व'च्या अभिव्यक्तीतच खरा आनंद दडलेला आहे.

व्यापारात आपली उन्नती होईल, आपला जन्मदिवस येईल, या सगळ्या गोष्टी तर आपल्या जीवनात येतच राहतील. पण तुम्हाला उत्तम जीवन प्राप्त करून जो आनंद मिळेल, त्याच्या तुलनेत बाहेरच्या आनंदाचं फारसं महत्त्व वाटणार नाही. तुम्ही त्याचे गुलाम बनणार नाही. लोक शाश्वत आनंद जाणत नाहीत, म्हणूनच बाहेरच्या आनंदाचे गुलाम बनतात. माणूस मृत्यूच्या भीतीनेच स्वतःमध्ये स्वसंवाद करतो, 'माझे नातेवाईक माझ्या जीवनात प्रसन्नतेचं आणि उल्हासाचं कारण आहेत आणि जर तेच राहिले नाहीत, तर माझं काय होईल? माझा बॉसच मला बढती देऊ शकेल, पण तोच राहिला नाही, तर माझ्या प्रमोशनचं काय होईल?' अशा तऱ्हेने चुकीच्या स्वसंवादाने मनुष्य नेहमी साशंक जीवन जगत असतो. असं शंकेनं भरलेलं जीवन उत्तम जीवन बनू शकत नाही. या नकारात्मक स्वसंवादातून तुम्हाला स्वतंत्र व्हायचं आहे. जे जीवन (चैतन्य) आपले नातेवाईक, बॉस यांच्यामध्ये कार्यरत आहे, तेच जीवन आपल्यामध्येसुद्धा बहरत आहे, हे नेहमी लक्षात ठेवायचं आहे.

'जीवन कठीण आहे,' हा संवाद योग्य नव्हे. या वाक्याचा पुनरुच्चार केला गेला आणि या वाक्यावर जर तुमचा विश्वास असेल, तर तसेच पुरावे तुम्हाला मिळतील. 'जीवन कठीण आहे' हा नकारात्मक स्वसंवादच तुमच्या जीवनात काम करेल आणि मग जीवन कठीण वाटेल. हा निसर्गाचा नियम आहे. जसा तुम्ही विश्वास ठेवाल, तसे पुरावे तुम्हाला मिळतील. उत्तम जीवन जगणाऱ्याच्या आत, 'जीवन सुंदर आहे, जीवन साहस आहे, जीवन उमंग, उत्साह आहे, जीवन अभिव्यक्ती आहे' असा स्वसंवाद चालतो. सकाळी पक्ष्यांमध्ये जेव्हा जीवन जागृत होतं, तेव्हा ते मधुर स्वर बनून किलबिलाट करतं. हेच जीवन फुलांमध्ये रंग आणि सुगंध बनून पसरतं. झऱ्यांमध्ये जीवन झुळझुळतं, तर सूर्यात आणि आकाशात रोज नवीन दृश्यांच्या रूपात प्रकटतं. हे पाहिल्यावर आपलं जीवनही सहज आणि आनंदमय बनतं. वास्तवात जीवनच आनंद आहे, जीवनच प्रेम आहे, जीवनच ईश्वर आहे.

आपण सगळ्यांनी कोकिळेचं कूजन आणि बुलबुलचं गीत ऐकलंच असेल. पण त्यांच्या आतील अभिव्यक्ती करणारं जीवन तुम्हाला कधी जाणवलं आहे का? पक्ष्यांचा मधुर किलबिलाट होतो, कारण त्यांच्या आत जिवंत चैतन्य आहे. ते चैतन्य त्यांना आनंद देत असल्याने त्यांना गाण्यासाठी भाग पाडतं. तेच चैतन्य आपल्यामध्येसुद्धा आहे; परंतु आपण त्यांच्यासारखं गाऊ शकत नाही आणि म्हणून आनंदाने जगूही शकत

नाही. याचं कारण तुलनात्मक मनाच्या राखेनं ते चैतन्य झाकोळलं गेलं आहे. ती राख बाजूला करणं हे जीवनाचं पहिलं लक्ष्य आहे. जेव्हा पक्ष्यांमध्ये, फुलांमध्ये, मुलांमध्ये आनंदाचे भाव बघाल, तेव्हा स्वतःशी संवाद करा, 'जे जीवन या पक्ष्यांमध्ये, फुलांमध्ये आणि मुलांमध्ये नृत्य अभिव्यक्ती करीत आहे, तेच जीवन माझ्यामध्येही आहे. मात्र माझ्या शरीरातील तमोगुणामुळे मी हा जीवनरूपी उत्सव साजरा करू शकत नाही. म्हणून सर्वप्रथम मला माझ्या शरीरातून तमोगुण नाहीसा करायचा आहे. पक्षी, झाडं, वेली, फुलं, झरे, पर्वत, मुलं या सर्वांना खूप खूप धन्यवाद! कारण त्यांनी मला माझ्यात असलेल्या जीवनाची जाणीव करून दिली. आता मी लोकांमध्येही जीवनाचं दर्शन करेन. मी लोकांच्या शरीरामध्ये अडकणार नाही. मी जीवनाची आठवण ठेवून नेहमी उत्तम जीवन जगेन.' या स्वसंवादानंतर तुमच्यात वेगळाच उत्साह निर्माण होईल. हा स्वसंवाद केल्याने तुम्हाला जीवनाविषयी प्रेम निर्माण होईल. ज्या गोष्टीवर आपण लक्ष केंद्रित करतो, ध्यान देतो, तसेच बनतो, हा निसर्ग नियम आहे. जीवनावर या पद्धतीने लक्ष केंद्रित केलं, तर तुम्हीही जीवनच बनून जाल. हीच जीवन जगण्याची, जीवन बनण्याची कला आहे (Art of being life). जीवन बनण्याची कला, किंवा उत्तम जीवन जगण्याची कला शिकण्यासाठी अगोदर आपल्याला स्वसंवादाची जादू अनुभवायला हवी. त्यासाठी आपला रिमोट कंट्रोल आपल्याजवळच असायला हवा. आपण जेव्हा जाणीवपूर्वक, समजपूर्वक सकारात्मक स्वसंवाद कराल, तेव्हाच दुःखमुक्त व्हाल.

ज्यादिवशी नकारात्मक स्वसंवाद तुमच्या जीवनातून नष्ट होतील, त्यादिवशी तुम्ही म्हणाल, 'जीवन तर स्वतःमध्येच लक्ष्य आहे. जीवन वर्तमानातच आहे.' या स्वसंवादामुळे उत्तम जीवनाचं बीज वर्तमानाच्या जमिनीत पेरलं जाईल. जेव्हा निराशा येईल, उदासी जाणवेल, तेव्हा पुढील स्वसंवाद म्हणा,

'जीवन म्हणजे जिवंत विस्तव, तर
तुलनात्मक मन आहे त्यावरची राख.
भूतकाळ होता, भविष्यकाळ येईल,
पण वर्तमान आत्ताच आहे.
सत्य आहे, म्हणून वर्तमान माझं जीवन आहे.
खरा आनंद तर वर्तमानातच आहे.
आत्ता आहे, इथंच आहे.
वर्तमान स्वतःमध्येच परिपूर्ण आनंद आहे.'

ईश्वराने सगळं काही भरपूर बनवलं आहे, परंतु आपल्याला प्रत्येक गोष्टीत उणीव

जाणवते. दोन देशांमधील सीमारेषा बुजवल्या तर तुम्हाला जाणवेल, की सर्व काही भरपूर आहे. म्हणून आपल्याला प्रत्येक देशाची, प्रत्येक शेताची सीमारेषा नष्ट करायची आहे. त्यानंतर तुम्हीच म्हणाल, 'अन्न-धान्य, पाणी, पैसा, प्रेम आणि वेळ भरपूर आहे, जीवन भरपूर आहे, इथं कुठलीच कमी नाही.' असा स्वसंवाद आणि विश्वासासाठी तुम्हाला उत्तम जीवनाचं रहस्य जाणलं पाहिजे. अविश्वासामुळेच आपण इतरांना वेळ, पैसा आणि प्रेम कंजूषपणे देतो.

मनुष्य अज्ञानातच नेहमी स्वसंवाद करतो, 'मी कुणाला वेळ दिला, पैसे दिले, प्रेम दिलं, तर माझ्याकडून ते निघून जाईल, कमी होईल. प्रेम, पैसा, वेळ, आनंद, आरोग्य, संतोष यांची कमतरता आहे. दिल्याने कमी होतं, घेतल्याने वाढतं. एखाद्याचे पैसे कमी झाले तर माझे पैसे वाढतील. एखादी गोष्ट कुणाकडून हिसकावून घेतली जाते, तेव्हाच ती दुसऱ्याला मिळते.'

अज्ञानामुळेच असा स्वसंवाद होत असतो. कित्येकांच्या मनात हा स्वसंवाद घर करून बसलेला असतो, त्यामुळे कुणाला काही देण्याची इच्छा मनुष्याला होत नाही.

ज्या दिवशी आपला स्वसंवाद विश्वास आणि ज्ञानाने परिपूर्ण असेल, त्यावेळी तुमच्या आत असा वार्तालाप होईल-

- 'ईश्वराने प्रत्येक गोष्ट भरपूर बनवली आहे.'
- 'वेळ, पैसा, प्रेम, प्रकृती, आनंद, जीवन हे सारं भरपूर आहे.'
- 'जे आपण देतो त्याने विकास होतो, जे घेतो त्याने केवळ उदरनिर्वाह होतो.'

या स्वसंवादावर जेव्हा तुमचा पूर्ण विश्वास बसेल, तेव्हा तुम्ही इतरांना वेळ, पैसा आणि प्रेम देताना मागे- पुढे पाहणार नाही. मग तुम्हाला जाणवेल, की या सर्व गोष्टी तुमच्या जीवनात तर वाढतच आहेत. म्हणून आजपासूनच 'पैसे कमी आहेत' या तुम्हीच गृहीतक बनवलेल्या गोष्टी बदलून 'पैसा, प्रेम, आनंद, जीवन सहजतेने वाढत आहे यावर विश्वास ठेवा. मग आपल्याही जीवनात या सर्व गोष्टींचा सहजतेने संचार होईल आणि त्याचे पुरावेही तुम्हाला निश्चित मिळतील.

भावनेच्या आहारी न जाणं ठीक आहे,
आपल्या भावनांना शक्ती प्रदान करणं अतिशय चांगलं आहे
आणि आपल्या भावनांना भक्तीची जोड देणं अतिउत्तम आहे.

खंड

४

या... स्वसंवादाची जादू शिकू या

मनाच्या अनुमानामुळे
स्वसंवाद बदलतो,
स्वसंवादामुळे दृष्टिकोन बदलतो,
दृष्टिकोनामुळे माणूस बदलतो
आणि माणसामुळे विश्व बदलते.

स्वसंवाद कसा करावा
सर्वोत्तम जीवनावर विश्वास ठेवा

मनुष्याचे विचार जेव्हा विश्वाच्या महान शक्तीपेक्षा वेगळे होतात, तेव्हा त्याला अनेक अडचणींना तोंड द्यावं लागतं. तुमच्या जीवनात शारीरिक, मानसिक, सामाजिक किंवा आर्थिक अडचणी येतील, तेव्हा पुढे दिलेल्या स्वसंवादाचा पुनरुच्चार करा. जेणेकरून तुम्हाला तुमच्या समस्या सोडविण्याचं सामर्थ्य प्राप्त होईल.

'माझ्या मनात असे कोणते विचार आहेत, ज्यायोगे हे रोग उत्पन्न झाले? मला समस्या भोगाव्या लागत आहेत? आता मी तो वैचारिक ढाचा सोडायला तयार आहे.'

'माझ्या नवीन वैचारिक पॅटर्नमध्ये (ढाचा)

आता स्वास्थ्य, संतुष्टी आणि समृद्धी असेल, ज्याचा मी पुनरुच्चार करेन.'

उत्तम जीवनाचा असा नवीन वैचारिक ढाचा तयार करून त्याचा पुनःपुन्हा उच्चार करा. कल्पना करा, तुम्ही ठीक होत आहात आणि उच्च विचार करण्याच्या प्रक्रियेतून जात आहात. जेव्हा मनात कधी शंका येऊन तिचा परिणाम लवकर विलीन होणार नाही, तेव्हा खाली दिलेला स्वसंवाद पुनःपुन्हा म्हणा :

'मी जीवनावर विश्वास ठेवतो, त्यामुळे भीती आणि असुरक्षितता हे माझ्यासाठी केवळ विचार आहेत, जे येतात आणि जातात. मी सुरक्षित आहे.'

कॅन्सल - कॅन्सल - कॅन्सल

कोणतीही दुर्घटना पाहिली किंवा कोणताही नकारात्मक विचार मनात आला, तर त्या विचारांचा परिणाम नष्ट करण्यासाठी मनात तीन वेळा म्हणा, 'कॅन्सल- कॅन्सल- कॅन्सल' (Cancel-Cancel-Cancel). यानंतर स्वतःला सांगा, 'जे घडलं ते होऊन गेलं. वादळ गेल्यामुळे मी आता शांत आहे. ज्या स्वसंवादाने माझ्यात भीती निर्माण केली, त्याचा अनुभव मी घेत आहे. त्या स्वसंवादाला मी तीन वेळा 'कॅन्सल - कॅन्सल - कॅन्सल' (Cancel-Cancel-Cancel) केलं आहे. आता नकळतही तो स्वसंवाद माझ्याकडून पुन्हा उच्चारला जाणार नाही.'

इच्छेचं रूपांतर आजारात होऊ नये

शरीराला होणारी पीडा दुःखाचं कारण बनते. अनेक वेळा माणसाची तीव्र इच्छा माणसाच्या मनाचा रोग बनते. अशा अवस्थेत पुढील स्वसंवाद म्हणा, 'मी प्रेमाला पात्र आहे. मी स्वतःवर प्रेम करतो, स्वतःचा स्वीकार करतो.'

हीन भावना

मनामध्ये हीन भावनेची जाणीव होताच हे स्वसंवाद पुनःपुन्हा म्हणा,

१. 'मी जीवनाची दिव्य अभिव्यक्ती आहे. मी किती महत्त्वपूर्ण आणि अद्भुत आहे,' याचं आता मला आकलन झालं आहे.

२. 'मी प्रेमपूर्वक आपल्या शरीराची, मनाची, बुद्धीची आणि भावनांची कदर करतो, त्यांची देखभाल करतो.'

वृद्धत्व रोग बनू नये

जे लोक म्हातारपणी नकारात्मक विचारांचे शिकार बनतात, त्यांनी खाली दिलेल्या स्वसंवादावर काम करावं :

१. 'जीवनाचा प्रत्येक क्षण बहुमूल्य आहे. मी प्रत्येक क्षणी स्वतःवर प्रेम करतो, स्वतःचा स्वीकार करतो.'

२. 'मी भूतकाळाला माफ आणि मुक्त करतो. मी वर्तमानात मुक्ती आणि भविष्यामध्ये परमानंद प्राप्त करण्यासाठी अग्रेसर होत आहे.'

३. 'जीवन माझ्यावर प्रेम करतं. मी बलवान आणि समर्थ आहे. मी ब्रह्मांडाचा अंश असल्याने प्रत्येक रूपात स्वतःवर प्रेम करतो.'

४. 'मी पूर्णपणे संतुलित असून, जीवनाच्या प्रत्येक टप्प्यात सहजतया आणि आनंदाने पुढे जात आहे.'

स्वसंवादाद्वारे लोकव्यवहार सुधारा

काही जण लोकव्यवहाराच्या बाबतीत स्वतःला दुर्बल समजतात. असे लोक मैत्री करू शकत नाहीत. पुढील स्वसंवादांनी आपली दुर्बलता दूर करा :

१. 'सगळे लोक चांगले असून, माझ्याबरोबर त्यांचे मित्रत्वाचे संबंध आहेत. उत्तम जीवनासोबत माझा ताळमेळ कायम आहे.'

२. 'मी माझ्या सर्व अनुभवांकडे प्रेमाने बघतो. मी दुसऱ्यांकडेही तेजप्रेमाने बघतो.'

३. 'प्रत्येक माणूस माझ्याकडे सकारात्मकतेने बघतो. माझी प्रशंसा होते. मला प्रेमही मिळतं.'

महिलांसाठी विशेष

बऱ्याच वेळा महिलांना आपल्या शरीरामुळे समाजात त्रास सहन करावे लागतात. जेणेकरून त्या स्वतःला हीन आणि कमजोर समजतात. पुढील स्वसंवादांचा पुनरुच्चार करून स्वतःच्या शरीराचा स्वीकार करा.

१. 'मी जशी आहे त्यात खूश आहे. माझं शरीर जसं आहे, तसा त्याचा मी स्वीकार करते. कारण माझं शरीर माझा मित्र आहे.'

२. 'स्त्री असणं हा एक अनोखा अनुभव आहे. मी माझ्यातील सर्व क्षमता जाणून सगळ्या कमतरतांचा स्वीकार करत आहे. मी नेहमी सुरक्षित आणि प्रेमळ आहे.'

जबाबदारी घेण्यासाठी स्वसंवाद

काही लोकांना यश हवं असतं, पण त्यामुळे येणाऱ्या नवीन जबाबदारीला ते घाबरतात. अशा भीतीमुळे ते नेहमी आजारी पडतात, त्यामुळे आपल्या जबाबदारीपासून पलायन करतात. बऱ्याचदा परीक्षेच्या आधी मुलं आजारी पडतात. अशा वेळी रोज स्वसंवाद करा :

१. 'सफल होणं माझ्यासाठी सुरक्षित आहे. जीवनाचं माझ्यावर प्रेम आहे म्हणून जीवन मला यशस्वी बघू इच्छितं.'

२. 'फक्त मीच आहे, जो माझ्यासाठी विचार करतो. केवळ मीच माझ्या विचारांना नेहमी उत्तम ठेवतो.'

स्वसंवादाद्वारे आत्मघृणेपासून मुक्ती

काही लोक अपराध भावनेमुळे स्वतःला अस्वीकार करतात, स्वतःला शिक्षाही देतात. बऱ्याच वेळा अपराधबोधाची भावना आजारांच्या रूपात प्रकट होत असते. अशा परिस्थितीत खाली दिलेला स्वसंवाद सतत उच्चारा.

१. 'जीवनात आनंद घेण्याचा मला अधिकार आहे. मी जीवनातील सर्व सुखांचा स्वीकार करत आहे.'

२. 'माझ्या जीवनाच्या दिव्य योजनेनुसार सर्व काही चांगलं आणि योग्य घडत आहे.'

३. 'मी आनंदाची, स्वतःचा स्वीकार करण्याची निवड करत आहे.'

४. 'आता ज्याची मला आवश्यकता नाही, त्यातून मी सहजतेने आणि आरामात मुक्त होऊ शकतो. धारणामुक्त होणं योग्य आहे. ज्या रोगाची मला गरज नाही, तो माझ्या शरीरातून बाहेर निघत आहे.'

५. 'मी प्रेमाने आणि समंजसपणे स्वतःला माफ करत आहे. आता मी स्वतंत्र आहे, स्वातंत्र्य आहे.'

६. 'मी संपूर्ण जीवनाशी एकाकार आहे. कोणत्याही अपराधबोधाचा मी शिकार नाहीये.'

स्वसंवादाद्वारे आत्मविश्वास वाढवा

भीतीमुळे लोक आपला आत्मविश्वास गमावून बसतात. कारण ते संकुचित जीवन जगत असतात. अशा भावनेसाठी खाली दिलेला स्वसंवाद रोज सकाळी म्हणा.

१. 'मी जीवनासाठी स्वतःला मुक्त करत आहे. जीवनाचा अनुभव घेण्यासाठी मी इच्छुक आहे.'

२. 'मी ईश्वराची दौलत आहे. कोणतीही वाईट शक्ती मला स्पर्श करू शकत नाही.'

३. 'मीच प्रेम आहे, चांगुलपणा आहे आणि माझ्या जीवनाला मी आनंदाने वाहू देत आहे.'

४. 'मी स्वतःला पुढे जाण्यासाठी परवानगी देत आहे. पुढे जाणं नेहमी सुरक्षित आहे.'

मनातल्या गोष्टी बोलून रोगमुक्त व्हा

काही लोक आपल्या मनातील गोष्टी, विचार, भावना बोलू शकत नाहीत. असे लोक आपल्या शरीरात घशाचे आणि फुफ्फुसांचे रोग निर्माण करतात. आपली ही समस्या (रोग) नष्ट करण्यासाठी पुढील स्वसंवाद जेव्हा वेळ मिळेल तेव्हा उच्चारा :

१) 'जीवन माझ्यासोबत आहे, हे मला माहीत आहे. ज्या गोष्टींची मला आवश्यकता असते, त्या मला मिळतात.'

२) 'मी माझ्या भावना व्यक्त करतो, कारण भावना व्यक्त करणं सुरक्षित आहे.'

३) 'मला जे हवं आहे ते मागण्यासाठी मी स्वतंत्र आहे. स्वतःला प्रस्तुत करणं सुरक्षित आहे.'

४) 'मी अतिशय सहजपणे स्वतःच्या हक्कांबाबत बोलू शकतो.'

५) 'मी आनंदाने, शांतीने, खुल्या दिलाने आणि साहसाने वार्तालाप करतो.'

६) 'मी सर्वप्रकारच्या दोषांतून मुक्त आहे. मी समोरच्याचा दृष्टिकोन समजून घेऊन, स्वतःचं हृदय उघडून प्रेमाचं गीत गाऊ शकतो. मी सहजतेने स्वतःच्या अधिकारांबाबत बोलू शकतो. मी सहजपणे पूर्णता करू शकतो.'

चुकांना घाबरू नका

काही लोक चुका होतील या भीतीने कोणतंही नवीन काम सुरूच करत नाहीत.

त्यांनी असा स्वसंवाद केला पाहिजे, 'आपल्या विकासासाठी वेगवेगळे अनुभव येणं गरजेचं आहे. मी स्वतःच्या चुका माफ करतो. मी स्वतःवर प्रेम करतो. माझ्या जीवनालाही मी आवडतो. मी स्वतःवर नेहमीच प्रेम करतो.'

एकाकीपणा आणि त्याच्या ॲलर्जीपासून कसं वाचाल

काही लोक जेव्हा एकटे असतात तेव्हा शांत आणि सौम्य असतात, पण जास्त लोकांमध्ये गेल्यावर त्यांना त्वचेचे रोग, ॲलर्जी होते. जे एकटेपणाचे शिकार बनतात, त्यांनी पुढील स्वसंवाद म्हणावेत :

१) 'चिडचिड करण्यापासून मी मुक्त आहे. विचारांना शांत करण्यासाठी मी योग्य आहे.'

२) 'माझ्या जीवनात जे काही घडतंय ते दिव्य योजनेनुसारच घडत आहे, यावर माझा विश्वास असून, मी मजेत जगत आहे.'

३) 'मी स्वतःचा स्वीकार करतो, इतरांना त्यांच्या मनाप्रमाणे वागण्याचं स्वातंत्र्य मी त्यांना देतो.'

इच्छा रोग बनू नये :
जुनं सोडण्याची व बदल स्वीकारण्याची तयारी ठेवा

काही लोक बदल स्वीकारू शकत नाहीत. हवामान बदलताच ते व्याकूळ होतात. नवीन वातावरणात ते लगेच आजारी पडतात. अशा लोकांची साठवण्याची प्रवृत्ती असते. पोटाचे अनेक रोग या वृत्तीमुळेच होतात. तुम्हाला जर स्वतःमध्ये अशी जाणीव होत असेल तर पुढील स्वसंवाद करा :

१) 'माझी समज स्पष्ट असून, वेळेनुसार ती बदलण्यास मी तयार आहे. मी सहजतेने आणि आनंदाने जुन्याचा त्याग करून नव्याचं स्वागत करतो.'

२) 'माझ्या विचारांचा मी चालक आहे. माझ्या विचारांना नवीन ढाच्यामध्ये ढाळण्यास मी सक्षम आहे. जुन्या निर्धारित ढाच्यातून मी मुक्त होत आहे.'

३) 'प्रत्येक क्षणी मी ठीक आहे. मी स्वतःसाठी आणि इतरांसाठी करुणाभाव बाळगतो. सर्व काही उत्तम आहे.'

४) 'जे मला बनायचं आहे, त्यात बाधा आणणाऱ्या विचारांचा मी त्याग करतो.'

५) 'स्वतःला बदलण्यासाठी मी पूर्णपणे तयार आहे.' अशा प्रकारे आपले अधिकार मागा आणि निरोगी राहा

काही लोक आपले अधिकार व्यक्त करू शकत नसल्याने प्रत्येक जागी गैरसोयीचे भक्ष्य बनतात. ते लोक मनातल्या मनात कुढत बसतात आणि रोगांना आमंत्रित करतात. तुम्हाला जर कधी असं वाटत असेल, तर पुढील स्वसंवादांवर काम करा :

१) 'पूर्ण, सरळ, सहज जीवन जगणं माझा जन्मसिद्ध अधिकार आहे. मी आता परिपूर्ण जीवनाची निवड करीत आहे.'

२) 'चांगल्या गोष्टींचा अनुभव घेण्याचा मला पूर्ण हक्क आहे. मी माझ्यात आणि सभोवताली फक्त शांतता आणि सद्भाव निर्माण करतो. माझं जग आनंदाने ओतप्रोत व्हावं, ही माझी इच्छा आहे.'

स्वीकार आणि बुद्धीच्या लवचिकतेने पॅटर्न तोडा

काही लोक आपले विचार बदलण्यास तयारच नसतात. त्यांची बुद्धी लवचिक नसते. ते नव्याचा लवकर स्वीकार करू शकत नाहीत म्हणून त्यांनी खालील स्वसंवादावर काम करावं :

१) 'मी जीवनाचे शानदार अनुभव घेण्यासाठी आणि प्रत्येक अनुभव आपलासा करण्यासाठी तयार आहे.' 'मी दिव्य मार्गदर्शनाचा स्वीकार करत आहे. मी माझ्या जुन्या विचारांना सोडण्यास तयार आहे. ईश्वर मला परम संतुष्टी प्राप्त करून देण्यासाठी मार्गदर्शन करत आहे. या कृपेसाठी मी ईश्वराला धन्यवाद देत आहे.' असा स्वसंवाद दिवसभर पुनःपुन्हा करून आपला वैचारिक पॅटर्न तोडू शकाल.

२) 'मी स्पष्ट विचार करू शकतो, माझ्या विचारांना मी नेहमी माझ्या ताब्यात ठेवू शकतो. माझे विचार माझे सेवक असून, मी त्यांचा गुलाम नाही.'

३) 'मी लवचिकतेने आणि सहजतेने प्रत्येक गोष्टीच्या सगळ्या बाजू पाहू शकतो. कोणत्याही गोष्टीकडे, कामाकडे पाहण्याचे अनेक पैलू असतात. मी पूर्णपणे विकसित आहे.'

४) 'मी माझ्या विचारांमध्ये लवचिकता ठेवूनही पूर्णपणे सुरक्षित आहे.'

स्वतःची प्रशंसा करा - आत्मनिंदेपासून बचाव करा

जगात असेही लोक असतात, ज्यांना आपली प्रशंसा ऐकणं आवडत नाही. ते आत्मनिंदेमध्येच अडकून पडलेले असतात, त्यामुळे ते इतरांचीही प्रशंसा करू शकत नाहीत. अशा भ्रमात तुम्ही असाल, तर पुढील स्वसंवाद करा :

१) 'मी जे बनू शकतो, ते होण्याची स्वतःला परवानगी देत आहे. मी दुसऱ्यांनाही तो अधिकार देतो. मी त्यांच्यावर प्रेम करतो, त्यांची प्रशंसा करतो.'

२) 'मी माझ्या आजूबाजूला केवळ आनंददायी अनुभव निर्माण करतो. माझ्या सभोवताली फक्त प्रेम आणि प्रेमच आहे.'

भूतकाळापासून मुक्ती मिळविण्याचं रहस्य

काही लोकांना आपल्या भूतकाळातच रमायला आवडतं. घडून गेलेल्या गोष्टी आठवून ते दुःख करत बसतात. मग त्यांना त्याचीच सवय होते. इतर कोणत्याही गोष्टींकडे ते लक्ष देऊ शकत नाहीत. मात्र खाली दिलेल्या स्वसंवादाने त्यांचा खूप लाभ होईल.

१) 'मी माझ्या जखमांवर औषध लावण्याची परवानगी काळाला देत आहे. प्रत्येक क्षणाचं स्वागत करण्यासाठी मी सदैव तयार आहे.'

२) 'मी स्वतःला बदलण्यास, पुढे जाण्यास, तसेच नवीन भविष्याची निर्मिती करण्यास उत्सुक आहे.'

३) 'मी माझ्या विचारांना आणि शरीराला संतुलित ठेवतो. मी आता अशा विचारांची निवड करतो, ज्यामुळे मला चांगला अनुभव येतो.'

४) 'मी भूतकाळातील सर्व समस्या सहजपणे विसरून गेलो आहे. उज्ज्वल भविष्यासाठी मी स्वतःची चेतना तयार केली आहे. माझ्या प्रत्येक विकासासाठी आणि मला बदलण्यासाठी अनेक संधी उपलब्ध आहेत.'

विकास करण्यासाठी स्वतःचा आदर करा

इतरांबरोबर स्वतःचाही आदर करायला हवा. हा अहंकार नसून समज आहे. तसंच, आपले विचार आणि कल्पनांवरही भरवसा ठेवा. काही लोक आपल्या विचारांना तुच्छ समजून कमी लेखतात, त्यामुळे जीवनात ते नेहमीच मागे राहतात. तुम्हालाही असं वाटत असेल, तर पुढील स्वसंवाद करा -

१) ‘माझ्या कल्पना सुंदर, व्यवहारी आणि अव्यक्तिगत असतात, जेणेकरून सर्वांना त्याचा फायदा होतो.’

२) ‘माझे निर्णय माझ्यासाठी नेहमी उपयुक्त असल्याचं सिद्ध झालं आहे.’

३) ‘मी स्वाभिमानाने आणि स्वतंत्रपणे उभा राहू शकतो.’

४) ‘माझ्या आंतरिक आवाजावर माझा पूर्ण विश्वास आहे.’

स्वस्थ राहण्यासाठी श्रवण करा

काही लोक दिवसभर आपल्याच जगात वावरत असतात. इतरांचं ऐकायला त्यांना आवडतच नाही. असे लोक कानाच्या रोगाचे शिकार बनतात. जेव्हा तुम्हाला आवाजाचा किंवा कानाचा त्रास होईल, तेव्हा उपचारासोबतच पुढील स्वसंवाद करा, ज्यामुळे तुम्ही लवकर बरे व्हाल : ‘मी दिव्य संदेश ऐकत आहे. सर्वांची मधुर वाणी मी ऐकत आहे. मी सर्वांबरोबर मिळूनमिसळून राहतो.’

आत्मछबी (स्वत्व) मिटण्याच्या भीतीपासून मुक्ती

लोक काय म्हणतील किंवा माझ्या अस्तित्वाचं काय होईल अशा भीतीमुळे जर तुम्ही काम करीत नसाल, तर पुढील स्वसंवाद सारखा उच्चारा :

१) ‘आता मी इतर लोकांच्या भीतीपासून व निराशेपासून मुक्त झालो आहे. माझ्या जीवनाचा मीच निर्माता आहे.’

२) ‘निसर्गाने प्रत्येक गोष्टीशी लढण्याची मला शक्ती दिली आहे. मी न वैतागता प्रत्येक अनुभव घेऊ इच्छितोय. माझ्यात उत्साह आणि ऊर्जा भरपूर आहे.’

स्वतःचे निर्णय स्वतः घ्या, आई-वडिलांचा स्वीकार करा

काही मुलं मोठेपणीही आई–वडील सांगतील तसेच निर्णय घेतात. स्वतः निर्णय घेण्याची कला त्यांना अवगत नसते. त्यामुळे त्यांचा योग्य विकास होत नाही. ते नेहमीच आपल्या आई–वडिलांना दूषणं देत आयुष्य जगतात. अशा लोकांसाठी पुढे दिलेला स्वसंवाद लाभदायी ठरेल :

१) ‘आई–वडिलांच्या कक्षेमधून बाहेर पडणं आता माझ्यासाठी सुरक्षित, सहजशक्य आहे. कोणतीही जबाबदारी मी आनंदाने घेऊ शकतो, कारण जबाबदारी घेण्याचं स्वातंत्र्य मला मिळालं आहे.’

२) 'मी माझ्या वडिलांना माफ करतो, कारण त्यांनी जे काही केलं ते केवळ त्यांच्या त्यावेळच्या समजेनुसार आणि परिस्थितीमुळेच. त्यांना त्यांच्या आई-वडिलांकडून कधी प्रेम मिळालं नाही. अशा प्रेमापासून वंचित राहिलेल्या मुलाला मी माफ करतो.'

भविष्यकाळापासून मुक्ती, स्वसंवादाची युक्ती

भविष्यकाळाच्या चिंतेमुळे डोळ्यांचे, तसेच रक्तदाबासारखे आजार मनुष्याला होतात. चिंतेमुळे होणाऱ्या रोगांपासून वाचण्यासाठी पुढील स्वसंवाद करा.

१) 'या जगात रोज चमत्कार होत आहेत. आता मी निसर्गाच्या दिव्य उपचारांचा स्वीकार करत आहे. मी जुने स्वसंवाद न वापरता दिव्य शक्तीला स्वतःवर काम करू देत आहे; जी सूर्य, चंद्र, ताऱ्यांनाही दिव्य योजनेनुसार चालवते.'

२) 'जीवन माझ्यासाठी आहे. मी विश्वासाने आणि आनंदाने पुढे जात आहे. कारण माझं भविष्य सर्वोत्तम आहे, हे मला ठाऊक आहे.'

३) 'मी जीवनाच्या कार्यप्रणालीवर विश्वास ठेवतो. जो समुद्रातल्या छोट्या प्राण्यांचीही काळजी घेतो, तो माझीसुद्धा काळजी घेत आहे.'

त्रागा : प्रत्येक रोगाचं टॉनिक आहे, त्यापासून सावध राहा

क्रोधाग्नीमुळे अनेक रोग होतात, तसंच जुन्या रोगांनाही त्यापासून टॉनिक मिळतं, ही गोष्ट कोणापासूनही लपलेली नाही. क्रोधानंतर माणसाला लगेचच आपल्यामध्ये अशांती, त्रास, निराशा यांची जाणीव होते. मनात इतरांबद्दल आकस ठेवल्याने माणूस त्यांना कधीही माफ करू शकत नाही, त्यामुळे तो स्वतःचंच नुकसान करून घेतो. ज्या माणसाला तुम्ही माफ करू इच्छित नाही, त्याला क्षमा करूनच तुम्ही अधिक लाभ (मोठ्या रोगापासून मुक्ती) मिळवू शकता. जळजळ, हृदयरोग आणि पित्त अशा रोगांपासून वाचण्यासाठी पुढील स्वसंवाद करा :

१) 'मी माझा क्रोध सकारात्मक आणि रचनात्मक पद्धतीने मुक्त करत आहे. असं केल्याबद्दल मला माझं कौतुक वाटतं.'

२) 'मी सर्वांना क्षमा करण्यास तयार आहे.'

३) 'मी प्रेमावर विश्वास ठेवतो. मला सगळे लोक आवडतात.'

झोप आणि स्वसंवाद

रोज रात्री झोपण्यापूर्वी प्रार्थनेव्यतिरिक्त असाही स्वसंवाद करून झोपा : 'मी आजचा दिवस प्रेमाने व्यतीत करून शांत झोपेमध्ये प्रवेश करतोय, कारण उद्याची काळजी उद्या स्वतःच घेईल.'

जिवंत राहणं ठीक आहे,
पवित्र जीवन प्राप्त करणं चांगलं आहे,
उत्तम जीवन जाणून जीवनच बनणं सर्वोत्तम आहे.

आपला रिमोट कंट्रोल कसा प्राप्त करावा ❏ १५७

दररोज नवीन स्वसंवादाचा लाभ कसा घ्याल

आपला विश्वास : दृढ विश्वास

आपण ज्या गोष्टींवर विश्वास ठेवतो, त्याच गोष्टींची प्रचिती आपल्याला येते आणि जीवनातही त्याचप्रमाणे घटना घडत राहतात. गरिबी-श्रीमंती, सुख-दुःख, चांगलं-वाईट, आनंद-निराशा, मान-अपमान, स्वास्थ्य- अस्वास्थ्य, अशी प्रत्येक गोष्ट आपल्या विश्वासानुसारच मिळत असते. आपला विश्वास नेहमी दृढ, ठाम राहण्यासाठी सतत एखाद्या मंत्रासारखा स्वसंवादांचा जप करा.

तुमचा विश्वास कुठं आहे? खालील वाक्यांवर तुम्ही किती विश्वास ठेवता?

१. हे जीवन मला चांगल्या पद्धतीनं जगू देत नाही.

२. चांगली परिस्थिती कधीच टिकत नाही.
३. माझ्यासाठी यश मिळवणं खूप कठीण आहे. मला सफलता कधीच मिळू शकत नाही.
४. माझ्यावर कोणीही प्रेम करत नाही.
५. मी कोणाच्याही प्रेमाला लायक नाही.
६. माझ्या बाबतीत तेच घडणार, जे माझ्या आई-वडिलांच्या बाबतीत घडलं.
७. कोणतीही गोष्ट शिकायला मला खूप वेळ लागतो. शिकणं फारच कठीण आहे.
८. आजारपण तर माझ्या रक्तातच आहे.
९. अत्याचार सहन करण्यासाठीच माझा जन्म झाला आहे.
१०. मी नेहमी निसर्गाची शिकार बनतो.
११. माझ्याजवळ संपत्ती टिकत नाही.
१२. माझ्याकडे पैसे लवकर येत नाहीत आणि आले तरी टिकत नाहीत.

अशा चुकीच्या विश्वासाने आणि समजुतीने माणसाच्या जीवनात तशाच गोष्टींचं आगमन होतं. असे विचार आणि विश्वास कित्येकांना त्यांच्या आई-वडिलांकडून, शिक्षकांकडून मिळतात. लहानपणी आई-वडील घरात किंवा शिक्षक शाळेमध्ये जे सांगतात, तेच मुलं खरं समजतात. जसं, लोक तुला ठकवतील, जग फार वाईट आहे, तू मुलगा असून असा काय रडतोस, तू मुलगी आहेस, तुला हे करणं शोभत नाही, असे अनेक विचार आई-वडील व शिक्षकांकडून मिळतात. मग पुढे मोठं झाल्यानंतर हेच विचार आपलं जीवन साकारतात.

आपल्याला जर हसत-खेळत जीवन जगायचं असेल, तर योग्य विचारांची निवड करावी लागेल, जे उत्तम जीवन बहाल करतील. स्वतःच्या समस्येविषयी आपण स्वतःलाच विचारायला हवं, 'माझ्या या समस्येसाठी कुठल्या प्रकारचा स्वसंवाद (विचार) जबाबदार आहे?' उत्तर आल्यानंतर विचारांद्वारे तो स्वसंवाद लगेच बदला. स्वतःला नेहमी सांगा, 'मी रूपांतरणास नेहमी तयार आहे, मी परिवर्तनाला नेहमी तयार आहे.'

स्वतःचे विचार, स्वसंवाद कसे आणि कोणते असावेत, याकरिता महिन्यातील प्रत्येक आठवडा आणि आठवड्यातील प्रत्येक दिवसासाठी प्रेरक असे स्वसंवाद खाली

दिले आहेत. पहिल्या दिवशी पहिला स्वसंवाद वाचून दिवसभर त्याचा पुनरुच्चार करा. दुसऱ्या दिवशी दुसरा स्वसंवाद वाचा. अशा पद्धतीने प्रत्येक दिवशी नवीन स्वसंवाद करून दिवसाची सुरुवात करा. काही दिवसांतच तुम्हाला जीवनात स्वसंवादाची जादू दृष्टीस पडेल.

http://tgf.ngo/swasamvad या लिंकच्या साहाय्याने आपण youtube वर उपलब्ध असणाऱ्या 'स्वसंवाद एक जादू' या विषयावरील सरश्रींच्या मार्गदर्शनाचा लाभ घेऊ शकता.

पहिला आठवडा | १ | सोमवार

'उत्तम जीवनावर माझा विश्वास आहे. त्यामुळे भीती आणि असुरक्षितता हे माझ्यासाठी केवळ एक विचार आहेत. ते माझ्यावर काहीही परिणाम करू शकत नाहीत. मी पूर्णपणे सुरक्षित आहे.'

पहिला आठवडा | २ | मंगळवार

'माझ्या जीवनाचा प्रत्येक क्षण खूपच सुंदर आहे. मी प्रत्येक क्षणी, प्रत्येक वेळी स्वतःवर प्रेम करून स्वतःचा स्वीकार करतो.'

पहिला आठवडा | ३ | बुधवार

'सर्व लोक चांगले आणि माझ्याशी मैत्रीचे संबंध ठेवणारे आहेत. उत्तम जीवनाबरोबर माझे सूरताल कायम आहेत.'

पहिला आठवडा | ४ | गुरुवार

'मी जसा आहे त्यात आनंदी आहे. माझे शरीर जसे आहे तसे मला स्वीकारार्ह आहे, कारण माझे शरीर म्हणजे माझा मित्र आहे.'

पहिला आठवडा | ५ | शुक्रवार

'यश मिळवणे माझ्यासाठी सहज आहे. जीवनाचे माझ्यावर प्रेम आहे, म्हणून जीवन मला यशस्वी बनवेलच.'

पहिला आठवडा | ६ | शनिवार

'ज्या गोष्टींची मला आवश्यकता नाही त्या गोष्टींना माझ्या जीवनातून मी सहजपणे मुक्त करू शकतो. सर्व मान्यतांपासून मी मुक्त आहे. मला ज्या रोगांची आवश्यकता नाही ते रोग माझ्या शरीरातून बाहेर पडत आहेत.'

पहिला आठवडा | ७ | रविवार

'मी संपूर्ण जीवनाशी एकरूप आहे. कोणतीही अपराधभावना माझ्या मनात नाही. मी स्वतःला माफ केलं आहे.'

| दुसरा आठवडा | ८ | सोमवार |

'मी ईश्वराची दौलत आहे, त्यामुळे कोणतीही वाईट गोष्ट मला स्पर्श करू शकत नाही.'

| दुसरा आठवडा | ९ | मंगळवार |

'मी प्रत्येक वेळी माझ्या भावना पूर्णपणे व्यक्त करतो, कारण भावना व्यक्त करणे नेहमी सुरक्षित असते.'

| दुसरा आठवडा | १० | बुधवार |

'माझे मन म्हणजे मी नाही. माझे मन माझे शस्त्र आहे आणि मी म्हणजे शस्त्र नाही. माझे शरीर म्हणजेही 'मी' नाही. माझे शरीर माझा मित्र आहे.'

| दुसरा आठवडा | ११ | गुरुवार |

'मी माझे अनुभव प्रेमाने, आनंदाने आणि सहजपणे सांभाळतो. माझ्या स्वसंवादामध्ये आणि हातामध्ये जादू आहे.'

| दुसरा आठवडा | १२ | शुक्रवार |

'माझे हृदय प्रेमाने पूर्णपणे भरलेले आहे. मी सर्वांबरोबर आनंदाने नाचून-गाऊन अभिव्यक्ती करू शकतो.'

| दुसरा आठवडा | १३ | शनिवार |

'मी सर्वांशी प्रेमाने आणि आदराने बोलतो. मी केवळ आनंद, ज्ञान आणि प्रेम इतरांना देऊ इच्छितो.'

| दुसरा आठवडा | १४ | रविवार |

'मी पूर्णपणे यशस्वी आहे. यशाशिवाय माझे जीवन अपूर्ण आहे. मी कधीच निराश होत नाही. मी वैभवशाली आहे. वैभव माझा स्थायिभाव आहे.'

तिसरा आठवडा | १५ | सोमवार

'मी नेहमी जीवनाच्या केंद्रस्थानी राहतो. मी जे पाहतो, त्या प्रत्येक गोष्टीला मी केंद्रातून (हृदयापासून) स्वीकारतो.'

तिसरा आठवडा | १६ | मंगळवार

'मी निंदेपासून मुक्त आहे. मी तक्रार करणे आणि आरोप करणे सोडून दिले आहे. वातावरणानुसार मी स्वतःला बदलू शकतो. माझ्या जीवनास दिव्य मार्गदर्शन मिळत असल्यामुळे मी सतत पुढे जात आहे.'

तिसरा आठवडा | १७ | बुधवार

'प्रेमामुळे जीवनातील सर्व रोगांपासून मुक्ती मिळू शकते. त्यामुळे मी नेहमी सर्वांवर प्रेम करतो. मी ईश्वराचे मूल असल्यामुळे सर्वांना नेहमीच क्षमा करतो आणि मलाही सर्व जण माफ करतात.'

तिसरा आठवडा | १८ | गुरुवार

'मी पूर्णपणे ग्रहणशील आहे. कोणत्याही प्रकारचा विरोध करणे मला जमत नाही. प्रेमाने आणि आदराने मी माझ्या जीवनाला जिंकले आहे.'

तिसरा आठवडा | १९ | शुक्रवार

'मी पूर्ण आहे. पूर्णत्वाकडून प्रत्येक काम पूर्ण व वेळेवर होते.'

तिसरा आठवडा | २० | शनिवार

'मी प्रत्येक काम योग्य रीतीने करण्याच्या तणावांला मुक्त करतो. योग्य वेळी योग्य काम माझ्याकडून सहजतेने पूर्ण होते.'

तिसरा आठवडा | २१ | रविवार

'निसर्गाने मला प्रत्येक गोष्टीशी लढण्याची शक्ती दिली आहे. मी प्रत्येक अनुभव निराश न होता घेऊ इच्छितो. माझ्याकडे उत्साह आणि ऊर्जा भरपूर आहे.'

चौथा आठवडा २२ सोमवार

'मी जुन्या विचारांना, सवयींना सोडून नवीन, उत्तम जीवन जगण्यास तयार आहे. मी स्वच्छंदपणे आपल्या गुणांना अभिव्यक्त करत आहे.'

चौथा आठवडा २३ मंगळवार

'जी समस्या मला मारू शकत नाही ती मला कणखर बनवत असते.'

चौथा आठवडा २४ बुधवार

'ईश्वर आजारी पडत नाही, त्यामुळे मीही आजारी पडू शकत नाही.'

चौथा आठवडा २५ गुरुवार

'मी ईश्वराच्या रचनेचा अंश आहे, त्यामुळे कोणत्याही रचनात्मक आणि सर्जनशील कामामध्ये नेहमी भाग घेतो.'

चौथा आठवडा २६ शुक्रवार

'मी स्वतःला बदलून दोन पावले पुढे जाऊन नवनिर्मिती करण्यास नेहमीच तयार आहे.'

चौथा आठवडा २७ शनिवार

'मी प्रत्येक श्वासाबरोबर जीवनातल्या सर्व चांगल्या गोष्टी आणि ईश्वराची कृपा ग्रहण करत असतो.'

चौथा आठवडा २८ रविवार

'माझ्या जीवनात नेहमी तेजकर्म घडतात. मला प्रत्येक अनुभवातून केवळ चांगल्याच गोष्टी शिकण्यास मिळतात.'

पाचवा आठवडा — २९ सोमवार

'या जगामध्ये रोज चमत्कार घडतात. आता मी दिव्य अनुभव स्वीकार करीत आहे. मी जुन्या स्वसंवादाची भाषा संपवून त्या दिव्यशक्तीस माझ्यावर काम करायला देत आहे, जी दिव्य शक्ती चंद्र, सूर्य, ताऱ्यांवरही काम करते तीच शक्ती माझ्यावरही पूर्णपणे काम करत आहे.'

पाचवा आठवडा — ३० मंगळवार

'जीवनाच्या कार्यशक्तीवर माझा पूर्ण विश्वास आहे. जी कार्यशक्ती समुद्रातल्या छोट्या प्राण्यांचीही काळजी घेते, ती शक्ती माझीसुद्धा काळजी घेत आहे.'

□ □ □

शरीराला रोज पाण्याचे स्नान ठीक आहे.
मनाला रोज आत्मनिरीक्षणाचे स्नान चांगले आहे.
'स्व'ला रोज श्रवण, मनन व मौन यांचे स्नान सर्वोत्तम आहे.

हे पुस्तक वाचल्यानंतर आपला अभिप्राय कृपया या पत्त्यावर अवश्य पाठवा.
Tej Gyan Global Foundation,
Pimpri Colony Post Office, P.O.Box 25, Pune-411017. Maharashtra (India).

एक अल्प परिचय
सरश्री

स्वीकार मुद्रा

सरश्रींचा आध्यात्मिक शोधाचा प्रवास त्यांच्या बालपणापासूनच सुरू झाला होता. हा शोध सुरू असतानाच त्यांनी अनेक प्रकारच्या पुस्तकांचं अध्ययन केलं. त्याचबरोबर या शोधकाळात त्यांनी अनेक ध्यानपद्धतींचा अभ्यासही केला. त्यांच्यातील या जिज्ञासेने त्यांना अनेक वैचारिक आणि शैक्षणिक संस्थांमध्ये जाण्यासाठी प्रेरित केलं. जीवनाचं रहस्य समजण्यासाठी त्यांनी **प्रदीर्घ काळ मनन करून आपलं शोधकार्य सातत्याने सुरू ठेवलं. या शोधातूनच त्यांना 'आत्मबोध' प्राप्त झाला.** आत्मसाक्षात्कारानंतर त्यांना जाणवलं, की अध्यात्माचा प्रत्येक मार्ग ज्या शृंखलेने जोडलेला आहे, तो म्हणजे **'समज'** (Understanding). आत्मबोधप्राप्तीनंतर त्यांनी अध्यापनाचं कार्य थांबवलं आणि जवळ जवळ दोन दशकांहूनही अधिक काळ आपलं समस्त जीवन मानवजातीच्या कल्याणासाठी आणि आध्यात्मिक विकासासाठी अर्पण केलं.

सरश्री म्हणतात, "सत्यप्राप्तीच्या सर्व मार्गांचा प्रारंभ जरी वेगवेगळ्या मार्गांनी होत असला, तरी सर्वांचा अंत मात्र एकच समज प्राप्त केल्याने होतो. ही **'समज'च सर्व काही असून ती स्वतःमध्ये परिपूर्ण आहे.** आध्यात्मिक ज्ञानप्राप्तीसाठी या 'समजे'चं श्रवणच पुरेसं आहे." ही समज प्रकाशमान करण्यासाठी आजपर्यंत त्यांनी **आध्यात्मिक विषयांवर तीन हजारांहून अधिक प्रवचनं दिली आहेत.** या प्रवचनांद्वारे ते अध्यात्मातील अतिशय गहन संकल्पना सहज, सुलभ आणि व्यावहारिक भाषेत समजावून सांगतात. समाजातील प्रत्येक स्तरावरील मनुष्य सरश्रींद्वारे सांगितल्या जाणाऱ्या या समजेचा लाभ घेऊ शकतो.

ही समज प्रत्येकाला आपल्या अनुभवातून प्राप्त व्हावी, यासाठी सरश्रींनी **'महाआसमानी परमज्ञान शिबिर'** आणि त्यासाठी आवश्यक असणारी कार्यप्रणाली (सिस्टिम) तयार केली. **तिचा लाभ आज लाखो लोक घेत आहेत.** या प्रणालीला आय.एस.ओ. (ISO 9001:2015) प्रमाणपत्रही लाभलंय. या प्रणालीमुळेच अनेकांना सत्यमार्गावर वाटचाल करण्याची प्रेरणा मिळाली आहे. या समजेचा प्रचार आणि प्रसार करण्यासाठी त्यांनी 'तेजज्ञान फाउंडेशन' या आध्यात्मिक संस्थेचा पाया

रचला. **'हॅपी थॉट्सद्वारे उच्चतम विकसित समाजाची निर्मिती करणे,'** हेच या संस्थेचं मुख्य उद्दिष्ट आहे.

विश्वातील प्रत्येक मनुष्य आज सरश्रींच्या मार्गदर्शनाचा लाभ घेऊ शकतो. त्यासाठी कोणत्याही धर्म, जात, उपजात, वर्ण, पंथ वा लिंग यांचं बंधन नसतं. विश्वाच्या प्रत्येक कानाकोपऱ्यांतील लोक आज 'तेजज्ञान'च्या अनोख्या ज्ञानप्रणालीचा (System for Wisdom) लाभ घेत आहेत. याच व्यवस्थेचा आणखी एक महत्त्वपूर्ण भाग म्हणजे, **दररोज सकाळी आणि रात्री ९ वाजून ९ मिनिटांनी लाखो लोक विश्वशांतीसाठी प्रार्थना करत आहेत.**

बेस्ट सेलर पुस्तक 'विचार नियम' शृंखलेचे रचनाकार म्हणूनही सरश्रींना ओळखलं जातं. **केवळ पाच वर्षांच्या कालावधीत या पुस्तकाच्या १ कोटीपेक्षा अधिक प्रती वितरित** झाल्या आहेत. याशिवाय आजवर त्यांनी विविध विषयांवर **१५० हून अधिक पुस्तकं लिहिली** आहेत. त्यांपैकी 'विचार नियम', 'स्वसंवाद एक जादू', 'शोध स्वतःचा', 'स्वीकाराची जादू', 'निर्णय आणि जबाबदारी', 'निःशब्द संवाद एक जादू', 'संपूर्ण ध्यान' इत्यादी पुस्तकं बेस्ट सेलर झाली आहेत. ही पुस्तकं दहापेक्षा अधिक भाषांमध्ये अनुवादित असून, पेंगुइन बुक्स, हे हाउस पब्लिशर्स, जैको बुक्स, मंजुळ पब्लिशिंग हाउस, प्रभात प्रकाशन, राजपाल अ‍ॅण्ड सन्स, पेंटागॉन प्रेस आणि सकाळ प्रकाशन इत्यादी प्रमुख प्रकाशन संस्थांद्वारे ती प्रकाशित झाली आहेत.

तेजज्ञान फाउंडेशन परिचय

तेजज्ञान फाउंडेशन आत्मविकासातून आत्मसाक्षात्कार प्राप्त करण्याचा एक मार्ग आहे. यासाठी सरश्रींद्वारा एक अनोखी बोधप्रणाली (System for Wisdom) निर्माण झाली आहे. या प्रणालीला आंतरराष्ट्रीय प्रमाणपत्राद्वारे ISO 9001:2015च्या आवश्यकतेनुसार आणि निकष पडताळून सरळ, व्यावहारिक आणि प्रभावी बनवलं गेलं आहे.

या संस्थेच्या प्रबोधनपद्धतीच्या भिन्न पैलूंना (शिक्षण, निरीक्षण आणि गुणवत्ता) स्वतंत्र गुणवत्ता परीक्षकांद्वारे (Quality Auditors) क्रमबद्ध पद्धतीने पडताळलं गेलं. त्यानंतर या पैलूंना ISO 9001:2015 साठी पात्र समजून या बोधपद्धतीला हे प्रमाणपत्र प्रदान करण्यात आलं.

या फाउंडेशनचे लक्ष्य आहे नकारात्मक विचारांकडून सकारात्मक विचारांकडे वाटचाल. सकारात्मक विचारांकडून शुभ विचारांकडे म्हणजे हॅपी थॉट्सकडे प्रगती. शुभ विचारांकडून निर्विचार अवस्थेकडे मार्गक्रमण आणि निर्विचार अवस्थेच्या अंती आत्मसाक्षात्कार प्राप्ती. 'मी सर्व विचारांपासून मुक्त व्हावे' हा विचार म्हणजे शुभु विचार (हॅपी थॉट्स). 'मी प्रत्येक इच्छेपासून मुक्त व्हावे', अशी इच्छा म्हणजे शुभ इच्छा.

तेजज्ञान म्हणजे ज्ञान व अज्ञान या दोहोंच्या पलीकडचे ज्ञान. पुष्कळ लोक सामान्य ज्ञानाच्या (General Knowledge) माहितीलाच ज्ञान मानतात. परंतु अस्सल ज्ञान आणि नुसती माहिती यांत फार मोठे अंतर आहे. आजमितीला लोक सामान्य ज्ञानाच्या उत्तरांनाच जास्त महत्त्व देतात. अशा ज्ञानाचे विषय म्हणजे कर्म आणि भाग्य, योग आणि प्राणायाम, स्वर्ग आणि नरक इत्यादी. आजच्या युगात सामान्यज्ञान प्राप्त करणारे लोक, शिक्षक मोठ्या प्रमाणावर आहेत; परंतु हे ज्ञान ऐकून जीवनात परिवर्तन घडून येत नाही. असे ज्ञान म्हणजे केवळ बुद्धिविलास आहे किंवा अध्यात्माच्या नावावर चाललेला बुद्धीचा व्यायाम आहे.

सर्व समस्यांवरील उपाय आहे तेजज्ञान. क्रोध, चिंता आणि भय यांपासून मुक्त जीवन म्हणजे तेजज्ञान. शारीरिक, मानसिक, सामाजिक, आर्थिक आणि आध्यात्मिक प्रगतीचा, सर्वांगीण प्रगतीचा मार्ग आहे तेजज्ञान. तेजज्ञान आपल्या अंतरंगात आहे. येथे या आणि या गोष्टीचा अनुभव घ्या.

आपल्याला असे ज्ञान हवे आहे, की जे सामान्य ज्ञानापलीकडे आहे, जे प्रत्येक समस्येवरील उत्तर आहे, जे प्रत्येक समजुतीपासून, गृहीत धारणांपासून आपल्याला मुक्त

करते, ईश्वरी साक्षात्कार घडविते, अंतिम सत्यात स्थापित करते. आता वेळ आली आहे शाब्दिक, सामान्यज्ञानातून बाहेर येऊन तेजज्ञानाचा अनुभव घेण्याची!

आजवर जप-तप, तंत्र-मंत्र, कर्म-भाग्य, ध्यान-ज्ञान, योग-भक्ती असे अनेक मार्ग अध्यात्मात सांगितले आहेत. या सर्व मार्गांनी प्राप्त होणारी अंतिम समज, अंतिम ज्ञान, बोध एकच आहे. अंतिम सत्याच्या शोधकाला, साधकाला शेवटी जी एकच 'समज' प्राप्त होते, ती 'समज' श्रवणानेसुद्धा प्राप्त होऊ शकते. अशा समजप्राप्तीसाठी श्रवण करणे यालाच तेजज्ञान प्राप्त करणे म्हटले गेले आहे. तेजज्ञानाच्या श्रवणाने सत्याचा साक्षात्कार घडतो, ईश्वरीय अनुभव मिळतो. हेच तेजज्ञान सरश्री महाआसमानी शिबिरात प्रदान करतात.

महाआसमानी परमज्ञान
शिबिर परिचय आणि लाभ (निवासी)

तुम्हाला सर्वोच्च आनंद हवाय? असा आनंद, जो कोणत्याही बाह्य कारणावर अवलंबून नाही... जो प्रत्येक क्षणी वृद्धिंगत होतो. या जीवनात तुम्हाला प्रेम, विश्वास, शांती, समृद्धी आणि परमसंतुष्टी हवी आहे का? शारीरिक, मानसिक, सामाजिक, आर्थिक आणि आध्यात्मिक अशा आयुष्याच्या सर्व स्तरांवर यशस्वी होण्याची तुमची इच्छा आहे का? 'मी कोण आहे' हे तुम्हाला अनुभवाने जाणावंसं वाटतं का?

तुमच्या अंतर्यामी अशा सर्व प्रश्नांची उत्तरं जाणण्याची इच्छा आणि 'अंतिम सत्य' प्राप्त करण्याची तृष्णा असेल, तर तेजज्ञान फाउंडेशनतर्फे आयोजित 'महाआसमानी शिबिरा'त तुमचं स्वागत आहे. हे शिबिर सरश्रींच्या मार्गदर्शनावर आधारित आहे. सरश्री, आजच्या युगातील आध्यात्मिक गुरू असून, ते आजच्या लोकभाषेत अत्यंत सहजपणे आध्यात्मिक समज प्रदान करतात.

महाआसमानी परमज्ञान शिबिराचा उद्देश :

विश्वातील प्रत्येक मनुष्यानं 'मी कोण आहे', या प्रश्नाचं उत्तर जाणून तो सर्वोच्च आनंदाच्या अवस्थेत स्थापित व्हावा, हाच या शिबिराचा मुख्य उद्देश आहे. प्रत्येकाला असं ज्ञान प्राप्त व्हावं, जेणेकरून त्यानं प्रत्येक क्षणी वर्तमानात जगण्याची कला आत्मसात करावी. तो भूतकाळाचं ओझं आणि भविष्याची चिंता यांतून मुक्त व्हावा. प्रत्येकाच्या

आयुष्यात कधीही न संपणारा आनंद आणि योग्य समज यावी. शिवाय, प्रत्येकानं समस्या विलीन करण्याची कला आत्मसात करावी. थोडक्यात, मनुष्यजन्माचा उद्देश सफल व्हावा, हाच या शिबिराचा उद्देश आहे.

'मी कोण आहे? मी येथे का आहे? मोक्ष म्हणजे काय? या जन्मातच मोक्षप्राप्ती शक्य आहे का?' असे प्रश्न जर तुमच्या मनात असतील, तर त्यांवरील उत्तर आहे- 'महाआसमानी परमज्ञान शिबिर'.

महाआसमानी परमज्ञान शिबिराचे मुख्य लाभ :

महाआसमानी परमज्ञान शिबिराचे मुख्य लाभ : वास्तविक या शिबिराचे लाभ तर असंख्य आहेत; पण त्यांपैकी मुख्य लाभ पुढीलप्रमाणे-

* जीवनात शक्तिशाली ध्येय निश्चित होतं
* 'मी कोण आहे' हे अनुभवाने जाणता येतं (सेल्फ रियलायजेशन)
* मनाचे सर्व विकार विलीन होतात.
* भय, चिंता, क्रोध, बोरडम, मोह, तणाव या नकारात्मक बाबींतून मुक्ती
* प्रेम, आनंद, मौन, समृद्धी, संतुष्टी, विश्वास अशा दिव्य गुणांशी युक्ती
* साधं, सरळ पण शक्तिशाली जीवन जगता येतं
* प्रत्येक समस्येचं निराकरण करण्याची कला प्राप्त होते
* 'प्रत्येक क्षणी वर्तमानात जगणं' हा तुमचा स्वभाव बनतो
* आपल्यातील सर्व सकारात्मक शक्यता खुलतात
* याच जीवनात मोक्षप्राप्ती होते

महाआसमानी परमज्ञान शिबिरात सहभागी कसं व्हाल?

या शिबिरात सहभागी होण्यासाठी तुम्हाला खालील बाबींची पूर्तता करायची आहे-

१. तुमचं वय कमीत कमी अठरा किंवा त्यापेक्षा अधिक असायला हवं.

२. सर्वप्रथम तुम्हाला 'सत्य-स्थापना' (फाउंडेशन ट्रुथ रिट्रीट) शिबिरात सहभागी व्हावं लागेल. या शिबिरात, तुम्ही प्रामुख्यानं दोन बाबी शिकाल- प्रत्येक क्षणी वर्तमानात जगण्याची कला कशी आत्मसात करावी आणि निर्विचार अवस्था कशी प्राप्त करावी.

३. प्राथमिक स्तरावर तुम्हाला काही प्रवचनं ऐकायची असून, त्यांतून तुम्ही मूलभूत समज

आत्मसात कराल आणि महाआसमानी शिबिरात प्रवेश करण्यासाठी तयार व्हाल.

हे शिबिर साधारणपणे एक-दोन महिन्यांच्या अंतराने आयोजित करण्यात येतं. यात हजारो सत्यशोधक सहभागी होतात. या शिबिराची तयारी दोन पद्धतींनी करू शकता. पहिली पद्धत- मनन आश्रम, पुणे येथे ५ दिवसीय शिबिरात भाग घेऊ शकता. दुसरी पद्धत- तेजज्ञान फाउंडेशनच्या जवळच्या सेंटरवर जाऊन सत्यश्रवणाद्वारेही करू शकता. महाराष्ट्रात अहमदनगर, सातारा, औरंगाबाद, नाशिक, नागपूर, वर्धा, अमरावती, चंद्रपूर, यवतमाळ, कोल्हापूर, सांगली, रत्नागिरी, लातूर, बीड, नांदेड, परभणी, पनवेल, मुंबई, ठाणे, सोलापूर, पंढरपूर, जळगाव, अकोला, बुलढाणा, धुळे, भुसावळ आणि महाराष्ट्राबाहेर सुरत, अहमदाबाद, बडोदा, नवी दिल्ली, बेंगलुरू, बेळगाव, धारवाड, रायपूर, भुवनेश्वर, कोलकाता, रांची, लखनौ, कानपूर, चंदीगढ, जयपूर, चेन्नई, पणजी, म्हापसा, भोपाळ, इंदोर, इटारसी, हर्दा, विदिशा, बुऱ्हाणपूर या ठिकाणी महाआसमानी शिबिराची पूर्वतयारी करू शकता.

तेजज्ञान फाउंडेशनमध्ये उपलब्ध असणाऱ्या सरश्रीलिखित पुस्तकांचं वाचन करून तुम्ही या शिबिराची पूर्वतयारी करू शकता. याशिवाय, तुम्ही रेडिओ किंवा यू ट्युबवरील सरश्रींच्या प्रवचनांचा लाभही घेऊ शकता. पण लक्षात घ्या, पुस्तकांतील ज्ञान, रेडिओ आणि यू ट्युबवरील प्रवचनं म्हणजे 'तेजज्ञानाची तोंडओळख' आहे; 'संपूर्ण तेजज्ञान' मुळीच नाही. तुम्ही महाआसमानी शिबिरात सहभागी होऊनच तेजज्ञानाचा आनंद घेऊ शकता. तेव्हा आगामी महाआसमानी शिबिरात सहभागी होण्यासाठी आजच संपर्क करा- 09921008060/75, 9011013208

महाआसमानी परमज्ञान शिबिरस्थान :

हे शिबिर पुण्यातील मनन आश्रम येथे आयोजित केलं जातं. येथे तुमच्या निवासाची आणि भोजनाची व्यवस्था केली जाते. तुम्हाला काही शारीरिक व्याधी असतील आणि त्यासाठी जर तुम्ही नियमितपणे औषधं घेत असाल, तर शिबिरात येताना ती सोबत बाळगावीत. शिवाय, वातावरणानुसार गरम कपडे, स्वेटर, ब्लँकेटही आणावं.

पुणे शहरापासून १७ किलोमीटर अंतरावर अत्यंत निसर्गरम्य परिसरात मनन आश्रम वसलेला आहे. आश्रमात महिला आणि पुरुष यांच्या निवासाची स्वतंत्र व्यवस्था असून येथे जवळपास ८०० लोकांच्या राहण्याची व्यवस्था आहे. आपण हवाईमार्ग, हायवे किंवा रेल्वे अशा कोणत्याही मार्गाने पुण्यात येऊ शकता.

मनन आश्रम : मनन आश्रम, पुणे, सर्व्हे नं. ४३, सणस नगर, नांदोशी गाव, किरकटवाडी फाटा, तालुका- हवेली, जिल्हा- पुणे- ४११०२४. फोन- 09921008060

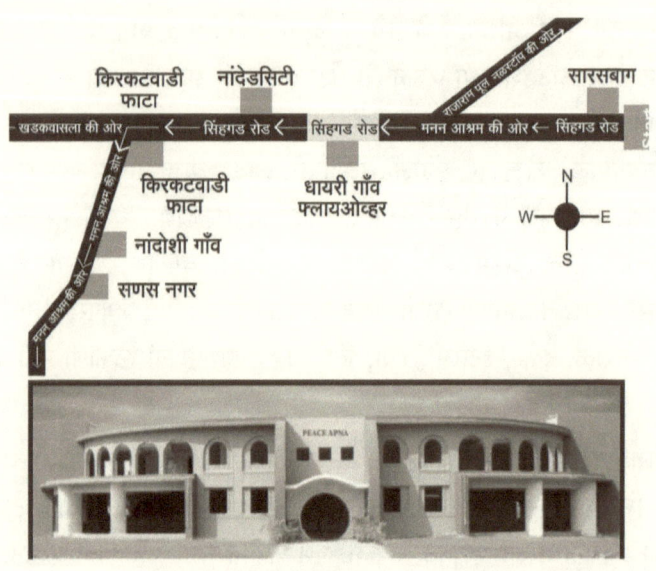

N
W
E

आता एका क्लिकवर शिबिराची नोंदणी!

आता तुम्ही पुढील शिबिरांसाठी **ऑनलाइन** नोंदणी करू शकता.

महाआसमानी परमज्ञान शिबिर परिचय आणि लाभ (५ दिवसीय निवासी शिबिर)

मॅजिक ऑफ अवेकनिंग (केवळ इंग्रजी भाषिकांसाठी ३ दिवसीय महाआसमानी शिबिर)

आध्यात्मिक नींव स्थापना (किशोरवयीन मुलांसाठी मिनी महाआसमानी निवासी शिबिर)

www.tejgyan.org

'सरश्रीं'द्वारे रचित इतर पुस्तकं

जीवनाची 5 महान रहस्यं
प्रेम, आनंद, मौन, समृद्धी आणि परमेश्वर प्राप्तीचा मार्ग

Also available in Hindi

शारीरिक, मानसिक, आर्थिक, सामाजिक आणि आध्यात्मिक अशा जीवनाच्या पाच महत्त्वपूर्ण भागांचा विकास करण्यासाठी मार्गदर्शन मिळू शकेल अशा एखाद्या पुस्तकाच्या प्रतीक्षेत आपण आहात का? पंचकल्याणाचा मार्ग आपल्याला हवाय का?

या पुस्तकाद्वारे आपण जाणाल- *कधीही न बदलणारा सृष्टीचा महानियम *समस्यांचं निराकरण करण्याच्या उत्तम पद्धती *प्रेम आणि समृद्धी प्राप्त करण्याची योग्य पद्धत *भूत आणि भविष्य यांतून मुक्तीचा योग्य मार्ग *ध्यानाची डिक्शनरी *आपल्या खऱ्या अस्तित्वाची प्रचिती

वरील सर्व मुद्दे यातील पाच रहस्यांद्वारे आपल्यासमोर उलगडत जातील. प्रस्तुत पुस्तकातील प्रत्येक रहस्यं जसजसं उलगडत जाईल, तसतसं आपलं जीवन सर्वोत्कृष्ट होत जाईल.

सुखी जीवनाचे पासवर्ड
दुःख, अशांती आणि उद्विग्नतेच्या कैदेतून सुखाला करा मुक्त

Also available in Hindi

मनुष्य स्वतःचं जीवन चुकीच्या सवयी आणि नकारात्मक विचारांमुळे गुंतागुंतीचं आणि बिकट बनवतो. मग बंधनांतून मुक्त होऊन स्वातंत्र्य प्राप्त करणं ही तर त्याच्यासाठी खूपच दूरची गोष्ट ठरते. उलट तो स्वतःच बनवलेल्या दुःखरूपी जाळ्यात जीवन जगायला विवश होतो. शांती आणि संतुष्टी यांच्यापासून तो दुरावला जातो. याउलट मनुष्य जेव्हा सुखी जीवनाची सूत्रं, पासवर्ड समजून घेतो, तेव्हा तो खऱ्या अर्थानं सुखी आणि संपन्न जीवनाचं महाद्वार उघडतो.

प्रस्तुत पुस्तकात सुखी जीवनाचे आठ पासवर्ड दिले आहेत. त्यांच्या साहाय्याने आपण दुःख आणि अशांतीचं लॉकर खोलू शकाल. वरवर पाहिलं तर हे आठ पासवर्ड तुम्हाला अगदी सामान्य वाटतील. परंतु दैनंदिन जीवनात यांचा उपयोग केला, तर शांती आणि संतुष्टी यांचा तुमच्यावर वर्षाव होईल.

✱ तेजज्ञान इंटरनेट रेडिओ ✱

तेजज्ञान इंटरनेट रेडिओद्वारे २४ तास ३६५ दिवस, सरश्रींच्या प्रवचन आणि भजनांचा लाभ घ्या. त्यासाठी पाहा लिंक -
http://www.tejgyan.org/internetradio.aspx

विविध भारती F.M. वर दर रविवारी
सकाळी १०:०५ ते १०:१५ वा.

नोट : या कार्यक्रमांच्या वेळेत बदल झाल्यास नोंद ठेवावी.

www.youtube.com/tejgyan च्या साहाय्यानेदेखील सरश्रींच्या प्रवचनांचा लाभ घेऊ शकता.
For online shoping visit us - www.tejgyan.org,
www.gethappythoughts.org

आपणास हवी असलेली पुस्तकं घरपोच मिळण्यासाठी मनीऑर्डर पाठवा. ही पुस्तकं आमच्या खर्चाने रजिस्टर्ड पोस्ट, कुरिअर आणि व्ही.पी.पी.द्वारे पाठवली जातील. त्यासाठी खालील पत्त्यावर संपर्क साधावा.

वॉव पब्लिशिंग्ज् प्रा. लि.

✱रजिस्टर्ड ऑफिस : E-4, वैभव नगर, तपोवनमंदिराजवळ, पिंपरी, पुणे -४११०१७

✱ पोस्ट बॉक्स नं. ३६, पिंपरी कॉलनी, पोस्ट ऑफिस, पिंपरी-पुणे - ४११०१७

फोन नं. : 09011013210 / 9146285129

आपण पुस्तकांची ऑर्डर ऑनलाईनही देऊ शकता.

लॉग इन करा - www.gethappythoughts.org

५०० रुपयांहून अधिक किमतीची पुस्तकं मागवल्यास १०% सूट मिळेल आणि डिलिव्हरी फ्री.

तेजज्ञान फाउंडेशनच्या मुख्य शाखा

पुणे : (रजिस्टर्ड ऑफिस)
विक्रांत कॉम्प्लेक्स, तपोवन मंदिराजवळ, पिंपरी, पुणे : ४११ ०१७.
फोन : (०२०) २७४१२५७६, २७४११२४०

मनन आश्रम :
सर्व्हे नं. ४३, सणस नगर, नांदोशी गांव,
किरकटवाडी फाटा, तालुका : हवेली,
जि. पुणे: ४११ ०२४. फोन : ०९९२१००८०६०

---

e-books **English**	-	•The Source •Celebrating Relationships •Everything is a Game of Beliefs •The Miracle Mind •Who am I now •Beyond Life •The Power of Present •Freedom from Fear Worry Anger •Light of grace •The Source of Health and many more.
Marathi		• Vichar Niyam • Dhyan Niyam • Swa-Sanwad Ek Jadu • Kshamechi Jadu • Shodh Swatacha •Sugandh Natyancha • Vigyan Manache • Prarthana Beej • Swasthya Trikon • Samay Niyojanache Niyam and many more. Other E books available at www. gethappythoughts.org
Free apps	-	U R Meditation & Tejgyan Internet Radio on all platforms like Android, iPhone, iPad and Amazon
e-magazines	-	'Yogya Aarogya' & 'Drushtilakshya' emagazines available on www.magzter.com
e-mail	-	mail@tejgyan.com

Website
www.tejgyan.org, www.gethappythoughts.org

❈ नम्र निवेदन ❈

विश्वशांतीसाठी लाखो लोक दररोज सकाळी आणि रात्री ९:०९ मिनिटांनी प्रार्थना करत आहेत. कृपया, आपणही यामध्ये सहभागी व्हा.

स्वसंवाद एक जादू ❏ १७६

www.ingramcontent.com/pod-product-compliance
Lightning Source LLC
LaVergne TN
LVHW091047100526
838202LV00077B/3061